डार्क साइकॉलॉजी सीक्रेटस अँड मेनीपुलेशन

लेखक

एमी ब्राउन

अनुवादक

मेहरचंद

फॅरोस बुक्स

या पुस्तकाचे प्रकाशन तसेच विक्री या अटीवर करण्यात येत आहे की प्रकाशकांच्या पुर्वलिखित परवानगीशिवाय हे पुस्तक किंवा याचे कोणत्याही स्वरूपात पुर्नप्रकाशन होऊ शकत नाही आणि कोणीही इतर प्रकारे कोणत्याही स्वरूपात याचा व्यापारी उपयोग करू शकत नाही. जर असे आढळून आल्यास त्याच्याविरोधात कायदेशीर कारवाई केल्या जाऊ शकते.

ISBN: 978-93-59831-05-3

© **प्रकाशकाधीन**

प्रकाशक: फॅरोस बुक्स
प्लॉट नं.-55, मेन मदर डेयरी रोड
पांडव नगर, ईस्ट दिल्ली-110092
फोन: 011-40395855
वॉट्सऐप: +91 9319228272
ई-मेल: sales@pharosbooks.in
वेबसाइट: www.prabhakarprakashan.com

प्रथम आवृत्ती:२०२४

डार्क साइकोलॉजी
लेखक : एमी ब्राउन | अनुवादक : मेहरचंद

परिचय

एनएलपी, हातचलाखी आणि मन वळविण्यासोबतच लोकांच्या मनातले ओळखणे आणि त्यांच्या मनावर नियंत्रण मिळवण्याची कला उघड करणारे पुस्तक डार्क साइकॉलॉजी- रहस्य आणि मेनिपुलेशन विकत घेतल्याबद्दल आपले आभार ! आणि आपणास माझ्याकडून धन्यवाद!

काय आपण कधी विचार केला आहे की मोठ्या पदावर असणारा व्यक्ती त्या पदावर का आहे आणि कसा आहे ? आता हे रहस्य तुम्हाला देखील माहीत होईल, कारण या पुस्तकात आम्ही मानसशास्त्रातले ते रहस्य उघड केले आहे, ज्याचा उपयोग यशस्वी लोक यशस्वी होण्यासाठी करतात. डार्क साइकॉलॉजी, मानसशास्त्राची एक वर्जित शाखा आहे, जिच्या अभ्यासाचा उपयोग व्यक्तीच्या मेंदूला आपल्या फायद्यासाठी समजून घेणे, वाचणे आणि घडवून आणणे यासाठी केला जातो.

मनातले ओळखणे आणि मनावर नियंत्रण ठेवणे या काल्पनीक गोष्टी नाहीत. होय, तुम्ही जर डार्क साइकॉलॉजीमध्ये शिकवण्यात येणाऱ्या गोष्टी केल्या तर असे करता येते. हे पुस्तक अशा प्रत्येक व्यक्तीने वाचायला हवे, जो आजच्या जीवघेण्या जगात केवळ अस्तित्त्वच नाही तर यशस्वी देखील होऊ इच्छितो. असे करण्यासाठी तो नको ते ज्ञान देखील प्राप्त करण्यास तयार असतो.

या पुस्तकात ते सगळं आहे ज्याची तुम्हाला डार्क साइकॉलॉजी आणि याच्या सर्व प्रयोगावर नियंत्रण ठेवण्याची गरज भासेल. या पुस्तकात मनातले ओळखणे, मनावर नियंत्रण करणे, वशीभूत (मेनिपुलेशन) करणे आणि असे बरेच काही आहे. या पुस्तकात सांगितलेल्या गोष्टींचा ठीक सराव केला तर, तुम्ही दुसऱ्यांना नक्कीच चकित कराल आणि स्वतःचा देखील बचाव करू शकाल. याशिवाय, या पुस्तकात तुम्ही समजून घ्याल की ऑफिससारख्या ठिकाणी या गोष्टी कशा करू शकता.

या पुस्तकात साइकॉलॉजीची डार्क बाजू अगदीच चांगल्याप्रकारे समजावून सांगण्यात

आली आहे. यातील प्रकरणं विस्तृत असली तरी ती संक्षिप्त आहेत, कारण की त्यात असे अनुभव आहेत ज्याचा उपयोग आपण आपल्या प्रत्येक कामात सर्वोत्तम होण्यासाठी करू शकता. याचा आपण कुठेही उपयोग करू शकतो, मग ते आपले ऑफिस असो, आपला समाज असो किंवा इतर ठिकाण. डार्क साइकॉलॉजीत, आपल्या दोघांकडे अशा गोष्टी आहेत ज्याचा आपण अनुभव घेऊ शकतो आणि आपल्या जीवनाला सहज बनवू शकतो.

आपल्याला फक्त हे पुस्तक वाचावे लागेल आणि मग पहा तुम्हाला इतरांकडून जे पाहिजे ते करून घेता येईल. या विषयावर बाजारात अनेक पुस्तके आहेत, असे असतानाही आपण हे पुस्तक निवडले, त्याबद्दल धन्यवाद! आपल्याला शक्य तितके मौल्यवान ज्ञान देण्याचा प्रयत्न करण्यात आलेला आहे. तर या मजेशीर पुस्तकाचा आनंद घ्या.

अनुक्रमणिका

प्रकरण १ काय आहे डार्क साइकॉलॉजी ?	९
अहंमात्रवाद (solipsism) आणि मानवी व्यवहार	१५
प्रकरण २ डार्क साइकॉलॉजीचे धोरण आणि रहस्य	२०
प्रकरण ३ डार्क साइकॉलॉजीचा सार	३०
डार्क साइड	३३
जीवनवादाचे मानसशास्त्र (The psychology of the Survivalist)	३६
उत्क्रांतीनुसार (Evolution) मानसशास्त्र	३७
डार्क साइकॉलॉजीचा आज कसा उपयोग केल्या जाऊ शकतो ?	३९
प्रकरण ४ कोवर्ट इमोशनल सिचवेशन आणि मेनिपुलेशनची मूळ तत्त्वे	४२
कोवर्ट मेनिपुलेशन काय आहे ?	४५
प्रचार	४५
न्यूरो भाषिक प्रोग्रामिंग	४५
पिकअप कलाकार तंत्र	४६
गुप्त हातचलाखी धोरणाविरूद्ध संरक्षण तंत्र	४८
प्रकरण पाचवे गडद मानसशास्त्राचे विश्लेषण करणे	४९
प्रकरण सहावे हातचलाखीची कला	५४
लक्ष वेधणे	५५
लादलेली समस्या, अभिप्राय आणि उत्तर चक्र	५६
बदलाचा क्रम	५७

बदल पुढे ढकलणे	५८
मुलांच्या भाषेत बोलणे	५८
जाणीवेला भावनेत रूपांतरीत करणे	५९
अज्ञानाचा प्रचार करा	५९
सामान्यतेचा प्रचार करणे	६०
प्रतिकाराबद्दल कमीपणा दाखवून द्या	६१
लोकांबद्दल ते स्वतःला जितके ओळखतात त्यापेक्षा जास्त जाणून घेणे	६२
प्रकरण सात संमोहन आणि डार्क साइकॉलॉजी	६३
स्टेज संमोहन (हिप्नोसिस)	६४
सेल्फ हिप्नोसिस आणि स्टेज हिप्नोसिसमध्ये काय फरक आहे ?	६७
संमोहनाचे (हिप्नोसिस) प्रकार	६८
परंपरागत संमोहन	६८
एरिक्सोनियन संमोहन	६९
एनएलपी संमोहन	७०
आत्म-संमोहन(सेल्फ-हिप्नोसिस)	७१
अचेतन संदेश (सब्लिमिनल मेसेज)	७२
झोपताना अचेतन संदेश वापरा	७२
तुमच्या संगणकाच्या स्क्रीनवर अचेतन फ्लॅश पहा	७३
दिवसा एमपी ३ अचेतन संदेश प्ले करा	७३
प्रकरण आठ मन वळवण्याची कला आणि डार्क साइकॉलॉजी	७५
आजच्या काळातील मन वळवणे वेगळे कसे आहे ?	७६
आधुनिक मन वळवणे	७७
मन वळवण्याचे तंत्र	७८

गरज निर्माण करा	७९
सामाजिक गरजांना आकर्षित करणे	७९
भारी प्रतिमा आणि शब्दांचा वापर करा	७९
बोट धरल्यावर हात धरणे	७९
प्रथम मोठे नंतर लहान	८०
परस्पर शक्तीचा उपयोग करणे	८०
तुमच्या सौदेबाजीसाठी एक अँकर पॉइंट तयार करा	८०
आपली उपलब्धता कमी करणे	८१
प्रेरक संदेशांकडे लक्ष दण्यात वेळ घालवणे	८१
प्रकरण नववे नजरबंदीची कला आणि डार्क साइकॉलॉजी	८२
केस रिसर्च स्टडी-प्रकरण अभ्यास संशोधन	८४
खालील खात्यांचा विचार करा	८५
प्रकरण-दहा भावनिक हाताळणीपासून (इमोनशनल मेनिपुलेशन)स्वतःला वाचणे	८९
त्यांच्या तावडीत सापडू नका	९०
शक्य होइल तेव्हा त्यांच्यापासून दूर रहा	९२
त्याला सांगा की त्याची वागणूक योग्य नाही	९३
ते जे करतात आणि म्हणतात त्याकडे दुर्लक्ष करतात	९४
त्यांच्या आकर्षण केंद्रावर हल्ला करणे	९५
आपल्या निर्णयावर विश्वास ठेवा	९५
मिसळण्याचे नाटक करू नका	९६
तडजोड करणे थांबवा	९६
कधीही परवानगी मागू नका	९७
उद्देशाची अधिक समज विकसित करा	९८

नवीन संधींचा पाठपुरावा करत राहा	९८
मूल होणे बंद करा	९९
स्वतःवर डाव लावा	१००
त्यांच्यासोबत भावनिक नाते टाळा	१००
नियमितपणे ध्यान करा	१०१
त्यांना प्रेरणा द्या	१०२
त्यांना सांगा 'तुम्ही बरोबर आहात'	१०३
अस्वस्थ संबंध संपवा	१०३
एक मजबूत मानसिकता तयार करा	१०५
दिवसभर स्वतःशी सकारात्मक बोला	१०६
प्रकरण अकरावे लोकांना वाचण्याची कला	१०९
डार्क साइकॉलॉजी आणि देहबोली	११५
प्रकरण बारावे आपल्या आसपासच्या लोकांना कसे फसवावे	१२३
तेरावे प्रकरण तुम्हाला वशीभूत केले जात आहे हे कसे ओळखावे	१२९
प्रकरण चौदावे ब्रेनवॉशिंगमुळे होणारे नुकसान आणि डार्क माइंड कंट्रोलची इतर तंत्रे	१३७
ब्रेनवॉशिंगची मूलतत्त्वे: ते काय आहे आणि इतर मानसिक प्रभावाच्या पद्धतींपेक्षा ते कसे वेगळे आहे ?	१३८
खोटेपणाचे स्तर: यशस्वी ब्रेनवॉशिंग करण्याची ची पायरी	१४०
ब्रेनवॉशिंगचा परिणाम: व्यक्ती आणि समूह	१४२
दुर्दैवी ब्रेनवॉशिंग तंत्राचा बळी होण्यापासून स्वतःचे संरक्षण कसे करावे	१४३
निष्कर्ष	१४६

अशा प्रकरण १

काय आहे डार्क साइकॉलॉजी ?

सामान्यपणे असे समजले जाते की काहीजण सामाजिक संबंध, जिन्स किंवा नशीबाच्या जोरावर जीवनात इतरांपेक्षा अधिक यश संपादन करतात. परंतु वास्तव तर हे आहे की ते इतरांच्या मनात काय चालले आहे, हे ओळखण्याची कला जाणून असतात. होऊ शकते त्यांनी कोण्या मित्रांकडून असे शिकले असेल, कोण्या पुस्तकात वाचले असेल, किंवा इतर काही कारण असेल, परंतु या सर्व यशाचे रहस्य डार्क साइकॉलॉजीत दडलेले आहे.

त्यांच्यात आणि तुमच्यात काही फरक असेलच तर तो आहे डार्क साइकॉलॉजीचे ज्ञान. या प्रकरणात डार्क साइकॉलॉजीतल्या अशा गोष्टी सांगितल्या आहेत, ज्या इतरांना कळू नये असे त्यांना वाटतं. आपल्या उज्ज्वल भविष्याचा मंत्र साइकॉलॉजीच्या या रहस्यात लपलेला आहे. अनेकजण हे मान्य करीत नाहीत, परंतु वास्तव तर हे आहे की लोक यामुळे यशस्वी होत नाहीत की त्यांच्याकडे संधी, जिन्स, वारसा हक्काने मिळालेली संपत्ती असते. जर असे असते तर काय ती माणसं यशस्वी झाली नसती ज्यांच्याकडे हे आहे ? असे असले तरी स्वतःच्या हिमतीवर यशस्वी होणाऱ्या लोकांची या जगात काही कमतरता नाही.

या सिद्धांतावरून हे समजत नाही की काहीजण इतरांपेक्षा अधिक यशस्वी का होतात. तर या गोष्टीवर प्रकाश टाकते ज्यामुळे आपण आपल्या जीवनाला सर्वोत्तम बनवू शकतो. आपण आपल्यात लोकांसोबत संवाद साधण्याची एक खास पद्धत निर्माण करू शकतो. लोकांसोबत तुम्हाला जर प्रभावीपणे बोलता आले तर यामुळे तुमचे जीवन बदलू शकते.

डार्क साइकॉलॉजी आपल्याला केवळ लोकांसोबत उत्तम संवाद कला शिकवत नाही, तर इथे आपण संवादाच्या एका खास पद्धतीबद्दल बोलत आहोत. इथे आपण संवादाच्या

अशा पद्धतींची चर्चा करणार आहोत ज्यामुळे शक्ती समतोल बदलला जातो. इथे आपण संवादाच्या अशा अशा पद्धतीबद्दल बोलणार आहोत ज्यामुळे लोकांना त्यांचं उद्दिष्ट गाठता येतं. तुम्ही जर एक महत्त्वाकांक्षी व्यक्ती असाल, तर डार्क साइकॉलॉजी तुम्हाला मार्ग दाखवू शकते. काहीजण विचारतील की काय असे करणे ठीक आहे ? तर त्यांच उत्तर आहे 'होय' अगदीच बरोबर आहे, कारण की आपल्या सर्वांनाच प्रगती करायची आहे, परंतु हा मार्ग थोडा वेगळा आहे.

आपल्या फायद्यासाठी संवादाची सर्वोत्तम पद्धत वापरणे अगदीच चुकीचे नाही. डार्क साइकॉलॉजी आपल्याला शिकवते की लोकासोबत कोअर्शन, पर्सुएशन आणि मांईड कट्रोलचा उपयाग करून अगदीच कुशल पद्धतीने संवाद साधल्या जाऊ शकतो. हे सोपे होण्याऐवेजी सगळं काही बदलू शकतं. कदाचित तुम्हाला वाटेल की मेनिपुलेशन एक असे साधन आहे ज्याचा उपयोग वाईट लोक त्यांचा उद्देश पूर्ण करण्यासाठी वापर करतात.

आपल्याला वाटू शकतं आपण कोअर्शनचा नियंत्रणाचा उपयोग नाही करायला हवा. असे असले तरी, तुम्ही अशाप्रकारे विचार करणे चुकीचे नाही. मेनिपुलेशन एक तटस्थ शब्द आहे आणि याचा अर्थ आहे इतर काय करतात ते शोधून काढणे. तुम्हाला वाटू शकतं की मनातले ओळखणे आणि त्याला मेनिपुलेट करणे दोन्ही भयंकरच आहे, परंतु तसे नाही. मेनिपुलेशनप्रमाणे दोन्ही तटस्थ आहेत. मनातले ओळखणे आणि याचा शोध घेणे की तो काय विचार करीत आहे. मनावर नियंत्रण मिळवणे हे मनातले ओळखणे यापलिकडचे आहे. यात तुम्हाला त्या व्यक्तीच्या मनात परिवर्तन घडवून आणायचे असते.

वरवर पहायला या गोष्टी नैतिकदृष्ट्या संदिग्ध वाटतात. परंतु ज्यावेळी आपल्या लक्षात येईल की या तिनही तंत्राचा वास्तवात दैनदिन पातळीवर कसा उपयोग केल्या जातो, त्यावेळी तुमच्या लक्षात येईल की स्वतःच्या मदतीसाठी मानसशास्त्राचा उपयोग करण्यात काहीच गैर नाही. विशेष करून या गोष्टी एखादा तुमच्यावरच उपयोगात आणत असेल त्यावेळी.

लवकरच आपण त्या पद्धतीची चर्चा करणार आहोत ज्यानुसार या तीन गोष्टी आपल्या दैनंदिन जीवनात त्यांची जागा घेतात. मात्र, आम्ही याला नैतिकदृष्ट्या तटस्थ का मानतो आणि चांगल्या किंवा वाईट असे का ठरवत नाही.

मनातले ओळखणे, मन नियंत्रीत करणे आणि हातचलाखी वाईट किंवा अनैतिक ठरत नाही. अनेकदा या सर्व गोष्टी आपण स्वतः अनुभवलेल्या असतात, मात्र आपल्याकडून

हे नकळत घडून गेलेलं असतं. जेव्हा आपण या पुस्तकात त्यांचा वापर कसा करायचा ते शिकाल, तेव्हा आपल्या लक्षात येईल. याचा मुद्दाम, व्यावहारिक पद्धतीने कसा वापर केल्या जाऊ शकतो. कोणीतरी तुमच्यावर याचा वापर करीत आहेत, हे तुम्हाला माहीत नसेल तर तो तुमचा गैरफायदा घेईल आणि तुम्हाला कळणारही नाही.

जीवनात प्रगती करण्यासाठी तुम्हाला डार्क साइकॉलॉजिचा उपयोग करता येईल. पण आपण हे लक्षात ठेवले पाहिजे की असा वापर केल्याने एखाद्याचे नुकसान देखील होऊ शकते. या पुस्तकातून शिकलेल्या क्षमतांचा वापर तुम्ही कसा करता हे सर्वस्वी तुमच्यावर आहे. डार्क साइकॉलॉजित दबाव आणि मनावर नियंत्रण याबद्दलचे आपले प्रश्न आपल्याला संवाद कसा साधायचा हे शिकवू शकतात. डार्क साइकॉलॉजि आणि हातचलाखी शिकत असलेल्या अनेक नवशिक्यांना असे वाटते की ते आपल्याला केवळ सामाजिक साइकॉलॉजिच्या डार्क बाजूबद्दलच सांगत आहेत आणि यात इतर क्षेत्रांचा समावेश नाही.

पण यामध्ये अजिबात सत्य नाही. साइकॉलॉजिच्या प्रत्येक शाखेत अशा डार्क बाजू असतात ज्याचा आपण मनातले ओळखणे आणि हातचलाखीसाठी उपयोग करू शकतो. त्याचा सतत सराव करीत रहायचा किंवा नाही हे तुमच्यावर आहे. जर तुम्हाला खरोखर वाटत असेल की तुमच्यात सुधारणा होत नाही, तर समजून घ्या की तुम्ही डार्क बाजूला जात आहात. तुम्ही हे पुस्तक जर पूर्ण केले नाही तर साइकॉलॉजितील सर्व डार्क सत्यापासून तुम्ही अनभिज्ञ रहाल, जे तुम्हाला एक कुशल हात चलाखी करणारा आणि मनातले ओळखणारा बनवू शकतं.

आतापर्यंत आम्ही तुम्हाला सिद्धांताद्वारे डार्क साइकॉलॉजि म्हणजे काय हे सांगितले आहे, पण आता आपण साइकॉलॉजिच्या इतिहासात जाऊ आणि त्याच्या काही उदाहरणांबद्दल चर्चा करू. काही काळापूर्वी असे संशोधन केले गेले होते जे विवादास्पद होते किंवा ज्याचा परिणाम वादग्रस्त ठरला. पण आज आपण या निष्कर्षांचा उपयोग करू शकतो आणि आपल्या जीवनात ते लागू करू शकतो. आपण डार्क बाजूच्या त्या सत्याचा उपयोग करू शकतो, जे सत्य कोणी स्मरणात ठेवू इच्छित नाही, जे कदाचित महत्त्वाचे असते.

मानसोपचार संशोधनावरील नैतिक नियम पन्नास ते साठ वर्षापुर्वी इतके कठोर नव्हते जितके ते आज आहेत. अलिकडच्या काळात, एक रिॲलिटी शो करण्यापुर्वी आपल्याला अमेरिकन साइकॉलॉजी असोसिएशनची परवानगी असणे गरजेचे आहे,

ज्यासाठी आपल्याला अनेक सरकारी अधिकाऱ्यांचे उंबरठे झिजवावे लागतात. एपीए नैतिक सिद्धांताची ओळख कायम ठेवण्यासाठी फारच कठोर आहे. एखाद्याने हे निकष जर पूर्ण केले नाही तर पुढे काहीच होत नाही.

अशी एखादी संस्था १९७० मध्ये किंवा त्यापुर्वी अस्तित्त्वात नव्हती. त्यावेळी मानसशास्त्र एक नवीन सामाजिक शास्त्र होते ज्याला गांभिर्याने घेतले जात होते. त्याकाळी नियमांची संहिता किंवा एपीए सारख्या संस्थाचे उदाहरण पुरेसे नव्हते. परिणामी, त्यावेळी करण्यात आलेल्या अभ्यासाला आजच्या तुलनेत अगदीच अनैतिक ठरवल्या जाईल. जर ते संशोधन आजच्या काळात केले असते तर त्याला मान्यता मिळणं कठीण होतं.

कारण की ते आपल्याला मानसशास्त्राच्या संदर्भात बरंच काही शिकवू शकते, म्हणून या अभ्यासावर आज देखील काम केल्या जात आहे. परंतु विवादास्पद आशय आणि मानसशास्त्राच्या या क्षेत्राचा गैरवापर होण्याच्या शक्यतेमुळे याला डार्क साइकॉलॉजी असे नाव देण्यात आले आहे. आता आपण डार्क साइकॉलॉजीत वास्तवीक प्रकरणाचा अभ्यास आणि परिक्षण यावर चर्चा करू.

अशाप्रकारचा पहिला प्रयोग १९३९ मध्ये झला. एका अनाथालयात अनाथ मुलंच्या समूहाला निवडण्यात आले होते, ज्यात खास करून अशा मुलांची निवड केली होती ज्यांना बोलता येत नव्हतं.

मानसशास्त्र तज्ज्ञाने मुलांचे दोन गट केले. त्यापैकी अनाथांचा एक समूह चांगल्या कुटूंबात राहण्यासाठी गेला.

सामान्य परिस्थितीत जीवन जगणाऱ्या समूहाला नियंत्रण समूह म्हटल्या गेले. आपण दुसऱ्या समूहासोबत नियंत्रण समूहाची चर्चा करू आणि पाहू की त्यांच्या वेगळ्या पालनपोषणाचा त्यांच्यावर काय परिणाम झाला आहे.

दुसऱ्या समूहाला प्रयोगात्मक समूह म्हटल्या गेले. त्यांना मुद्दामच खराब वातावरणात ठेवण्यात आले. त्यांना अशा कुटूंबात ठेवले जिथे त्यांचा शरीरिक आणि मानसिक अपमान केल्या जाईल. तुम्हाला कदाचित हे भयंकर वाटेल पण लक्षात ठेवा असे केवळ यामुळे करण्यात आले की ते १९३९ चे वर्षे होते आणि त्याकाळी असे होऊ दिल्या गेले. एपीए त्यावेळी अस्तित्त्वात नव्हते, म्हणून मानसतज्ज्ञांना असे करू नका असे सांगणारे कोणी नव्हते.

यातून आपल्याला बरंच काही स्पष्ट होतं. असे असले तरी, असे करणे फारच क्रूर आणि अमानवी होतं परंतु हे डार्क साइकॉलॉजीला सविस्तर असं समोर आणतं. ज्यावेळी

मानसोपचार तज्ज्ञाने सकारात्मक आणि नकारात्मक वातावरणात सांभाळ केलेल्या समूहाचा अभ्यास केल्यावर, असे आढळून आले की दोन्ही गटात अगदीच परिणाम उलट दिसून येत होता.

विश्लेषणाच्या सुरूवातीलाच दोन्ही समूहात माठ्या संख्येने असे अनाथ मुले होती जे बोलताना अडखळत. नियंत्रण समूहातील बोलण्याची समस्या असणाऱ्या अनाथ मुलांत बोलण्यात सुधारणा झाली नाही किंवा थोडी सुधारणा झाली. मात्र, नकारातमक वातावरणातील मुलांमध्ये कसलीही सुधारणा दिसली नाही आणि एकूणच त्यांची आवस्था होती त्यापेक्षा वाईट झाली.

प्रयोगात्मक समूहाच्या तुलनेच्या प्रमाणात बोलण्यातली प्रगती नियंत्रण समूहाच्या तुलनेत गुणात्मक फारच कमी ठरली.

हे आपल्याला डार्क साइकॉलॉजीच्या पाहिल्या प्रकरणाकडे घेऊन जाणारे आहे. आपल्या सामाजिक वातावरणाच्या प्रभावाला कमी नाही समजले पाहिजे उघड आहे, मुलांच्या बाबतीत हे खास करून खरं ठरतं. परंतु सामाजिक वातावरणाचा वयस्क लोकांवरही गंभीर परिणाम होतो. जेव्हा आपल्याला वाटतं की आपण इथे असायला नका किंवा असे वाटते की आपण पूर्ण प्रयत्न नाही करीत, तर आपण उदास होतो. आपल्याला जाणीव होते की आपण जगाला काही देऊ शकत नाही आणि पुढे काही घडण्याची शक्यता दिसत नाही. याच भावनेमुळे प्रयोगात्मक समूहाच्या अनाथ मुलामध्ये काही सुधारणा झाली नाही. असे यामुळे नव्हते की कारण की दुसऱ्या सकारात्मक वातावरणात मुलांकडे चांगले शिक्षक होते, याउलट त्याचे कारण भावनीक वातावरण होते.

जसे की इथे आपण लोकांच्या मनाला आपल्या फायद्यासाठी कसं ओळखायचं हे शिकत आहोत. डार्क साइकॉलॉजाचा हा शोध आपल्या फायद्याचा ठरू शकतो. संधी मिळताच आपण टार्गेटच्या सामाजिक वातावरणाचा फायदा आपल्या फायद्यासाठी वापर करू शकता. यावरून दिसते की व्यक्ती आपल्या सामाजिक परिस्थितीला बदलण्यासाठी फार तत्पर असतो. त्याला जर समाजात प्रगती करण्याची संधी मिळालीच तर तो याचा उपयोग करतो. हे सर्वांनाच एकसमान लागू आहे. हे तापासून पहायचे असले तर आपल्याला अनेक सिद्धांत आणि कौशल्य शिकावे लागतील. हा डार्क साइकॉलॉजी आणि मेनिपुलेशनच्या माहितीचा मोठा भाग आहे. तुम्ही एखाद्याला खात्री देता की एक खास काम केल्याने किंवा खास विचारधारेचे अनुकरण केल्याने त्यांची सामाजिक स्थिती ठीक

होईल तर ते तसे करतील. आपल्यासाठी, आपली सामाजिक स्थिती बरीच महत्त्वाची असते.

एक व्यक्ती म्हणून आपले सामाजिक जीवन आपल्यासाठी फार गरजेचे असते. वास्तवात, पाणि, भोजन, आश्रयासोबतच नाते आणि सामाजिकतेला आपल्या गरजेपैकी एक समजले जाते. डार्क साइकॉलॉजीचा अभ्यास करून आपण अनेक पुराव्यांचा फायदा घेऊ शकतो. त्यापैकी एक असे समजा की लोक किती कमजोर आहेत, किती निराशेत आहेत आणि किती एकटे पडलेले आहेत. हे लक्षात घेता डार्क साइकॉलॉजीचे खालील मूलभूत पाठाकडे वळू.

डार्क साइकॉलॉजीत या शोधाने इतक्या साऱ्या लोकांना आकर्षित केले आहे. मनाई असली तरी आपण डार्क साइकॉलॉजीच्या संदर्भात आवश्यक ऐकले असेल. ज्यावेळी महिती फारच आकर्षक तेव्हा देखील मनाई असलेल्या माहितीचीच चर्चा केली जाते. या अवलोकनाला बाईस्टँडर प्रभाव म्हटल्या जाते.

एका इतर प्रकरणात डार्क साइकॉलॉजीचे हे क्षेत्र सहभागी आहे जे आपल्याला सामाजिक शक्तीला महत्त्व दर्शवते. अनिवार्यपणे सामान्य धारणा आहे की लोक इतरांसोबत वाईट होताना पहातात पण काही करीत नाहीत. मात्र, अनेकदा ते असं यामुळे करतात की त्यांना वाटतं की आपण काही नाही केले तर कोणीतरी निश्चतच काहीतरी करील. कारण त्याच्या आसपास अनेकजण असतात म्हणून या तमाशा पहाणारांचे म्हणणे असते की त्यांना काहीही करण्याची गरज नाही. पोलिसांना कोणीतरी फोन करील किंवा कोणीतरी पीडितेला वाचवील.

आपण जाणतो की बाइस्टँडर प्रभाव मुळात साइकॉलॉजीचा एक भाग आहे ज्याची उत्पत्ती सामान्य मानसशास्त्राच्या विभागातून झालेली आहे. इतके की आपण एका मोठ्या समूहाजवळ एखादी वाईट घटना घडताना नाही पाहिली, तरी देखील आपण आपल्या जीवनात पहिल्यांदा सामाजिक जबाबदारीचा प्रसार आवश्य पाहिला असेल. ज्यावेळी लोक एका समूहाचा किंवा बँडचा भाग असतात, त्यावेळी अनेकाना या मानसिक प्रभावाची जाणीव आवश्य होते.

उदाहणार्थ, तुम्ही तुमच्या मित्रासोबत क्रिकेट खेळत आहात, बल्लेबाज शॉट मारतो आणि बॉल तुमच्या दिशेने येत असतो. तुमच्याजवळ तुमचे आणखी तीन सोबती तिथे आहेत, तुम्ही विचार करता की त्यापैकी कोणीतरी बॉलला रोखेल म्हणून तुम्ही बॉल झेल

14 | डार्क साइकोलॉजी

ण्याच्या भानगडीत पडत नाहीत. मात्र, तुम्ही चौघानी सारखेच ग्रहीत धरल्याने कोणीच बॉलला रोखत नाही. तो बॉल बॉंड्री लाईनच्या पलिकडे जातो.

हा एक सामान्य विचार आहे. आपल्याला वाटत असतं की हे काम कोणीतरी करील मग आपण त्याची जबाबदारी घेत नाही. डार्क साइकॉलॉजी सामाजिक जबाबदारीच्या प्रचारात देखील आपला मार्ग निर्माण करते. यामुळे लोकांना जबाबदारी झटकण्याचा बहाण मिळतो. आपल्याला जर काही करण्याची गरजच नाही तर जबाबदारी थोडी कमी करतो. आपल्याला वाटत असतं की हे कोणीतरी करील, आपण हे केलेच पाहिजे असे नाही, तर त्याला एक बहाणा मिळतो न करण्याचा.

सोबतच, आपल्या मनात डार्क साइकॉलॉजीचे दोन विचार असतात. ही उदाहरणं डार्क साइकॉलॉजीसोबत ताळमेळ खात नाही, असे आहेत. पण अधिक माहितीसाठी वाचत रहा. आता आपण मानसशास्त्राच्या या क्षेत्रात लोकांच्या मनाचे मेनिपुलेशन आणि संवादाच्या संदर्भात जे जाणतात ते समजून घेऊ.

अहंमात्रवाद (solipsism) आणि मानवी व्यवहार

तुम्हाला डार्क साइकॉलॉजी काय असते हे थोडे तरी माहित झाले आहे. आता वेळ आली आहे त्याच्या वास्तवीक प्रयोग करण्याचा प्रयत्न करण्याची. तुम्ही हे पुस्तक यामुळे वाचत आहात की लोकांचे मनातले ओळखू शकाल आणि त्यांच्या मनाला प्रभावीत करायचे शिकू शकाल. इतर लोकांच्या कार्याचा फायदा घेऊ शकाल, कुशलपणे लोकाना चकमा देऊ शकाल आणि आपल्या करिअरमध्ये प्रगती करू शकाल. आम्ही आपल्याला सांगू की या सर्व गोष्टी कशा करायच्या. यासाठी आपल्याला फक्त आम्ही सांगितलेल्या गोष्टींचे अनुकरण करायचे आहे.

डार्क साइकॉलॉजीमध्ये आपल्यासाठी पहिली महत्त्वपूर्ण सामान्य मानवी संकुचितपणा (normal human narcissism)आहे. एका संशोधनानुसार असे समजते की मनुष्य आत्म-केंद्रीत (self-centered and narcissism) असतात. याचा अर्थ असा नाही की मनुष्य लालची आहे आणि प्रत्येकवेळा तो दुसऱ्याचे नुकसान करतो. मात्र, हे खरे आहे की मनुष्य इतराबद्दल नंतर पण स्वतःबद्दल प्रथम विचार करतो. संकुचितपणा दूर करण्यासाठी अनेक प्रयत्न आणि शालेय शिक्षणाची गरज असते.

तुम्ही डार्क साइकॉलॉजीचे एक विद्यार्थी आणि मेनिपुलेटर म्हणून मनुष्याच्या

या कमजोरीचा फायदा आपल्या स्वतःच्या फायद्यासाठी उपयोग करून घेऊ शकता. तुम्हाला माहित असतं की ही माणसं त्यांच्या संकुचितपणामुळे निष्क्रिय अशी वागत असतात. चमचेगिरी करणारे (ब्राऊन नोज्ड) अनेकजण तसं दाखवत नाहीत, परंतु आपल्याला माहित आहे की डार्क साइकॉलॉजीचा परिणाम या उलट असतो.

ही आत्मकेंद्रीतता किंवा संकुचितपणा या मानवी गुणासाठी वैज्ञानीक शब्द नाही आहे. तो आत्मवादाबद्दल (solipsism) आहे. आत्मवाद स्वतःबद्दल अधिक विचार करणे आणि इतरांचा कमी विचार करणे याच्या पलिकडचा आहे. आपल्या प्रत्येकात आत्मवाद असतो. यावरून दिसते कि आपण इतरांचा विचार करीत नाही.

जगातले अनेकजण वास्तवात आत्मवादी नाहीत. आपल्यापैकी अनेकजण काहीप्रमाणात हे सत्य ओळखून आहोत की दुसरे पण व्यक्तीच आहेत आणि त्यांचे पण अनुभव आहे. मात्र, हे वास्तव समजणे आणि ते संपूर्ण समजणे यात फरक आहे. ज्यांना आपण भेटतो त्यापैकी सर्वांनाच दुसऱ्याचं महत्त्व माहीत नसतं. त्यासाठी ते सक्षम देखील नसतात. ते या भानगडीतच पडत नाहीत, ते तर त्यांच्या लहानशा जगात असतात, त्यांना जितकं समजतं तितकं त्यांच्या जगात असतं. या आत्मवादी लोकांच्या मनातले ओळखणे आणि त्यांचा विचार बदलून टाकणे सोपे असते. यामुळे त्यांच्या मनातले ओळखणे आणि मनावर नियंत्रण करणे आणि मेनिपुलेशन करणे सोपे जाते.

हे ठरविणे कठीण आहे या जगात किती लोकं आत्मवादी आहेत. एखाद्याला आपण 'खरा आत्मवादी' म्हणून जाहीर नाही करत, ज्यामुळे असा आभास निर्माण होईल की इतर लोक पण थोड्याफार फरकाने त्याच्यासारखेच आहेत. अशा लोकांना याची जाणीवच नसते. आपण अशा व्यक्तीच्या संदर्भात बोलत आहोत, ज्यांना इतरांबद्दल फारसं माहीत नसतं. मग त्याचे कारण काही का असेना. होऊ शकतं की त्यांच बालपण कथा वाचनात गेलं असावं. होऊ शकतं की त्याने अशाप्रकारेच वागावे असं त्याच्यासोबत ठरवून करण्यात आलेलं असावं, ज्यामुळे त्याला इतर व्यक्तीला महत्त्व द्यावं असं वाटत नाही. काही व्यक्ती असे पण असतात ज्यांच्यावर डार्क साइकॉलॉजीचा ताबडतोब उपयोग केल्या जाऊ शकतो, कारण की ते त्यांच्या लहान जगात इतके व्यस्त असतात की त्यांच्यावर कोणी काही प्रयोग करील याची ते कल्पनाच करू शकत नाहीत.

ही चांगली गोष्ट आहे परंतु काही गोष्टी लक्षात ठेवणे गरजेचे आहे. अनेकजण जे शोषणाच्या लायक आहेत, ते आत्मवादी नाहीत. ही गोष्ट समजून घेण्यासारखी आहे

कारण नियमानुसार जर आपण आत्मवादी असू तर आपण लालाची आहोत आणि इतरांना समजून घेण्यास असमर्थ नाहीत. अशा प्रकारच्या आपल्या स्वभावामुळे आपल्या जवळ कोणी येत नाही आणि आपणही त्याला आपल्या जवळ येऊ देत नाही.

असे असले तरी याचा अर्थ असा नाही की तुम्ही तुमच्या ठरवलेल्या व्यक्तीसोबत तुमच्या फायद्यासाठी आत्मवादाचा उपयोग करू शकत नाहीत. वास्तवात, विषय या उलट आहे. इतका की जर अनेकजण आत्मवादी नसतील, तरी आपण सर्व व्यक्ती आहोत आणि आपला एक आत्मवादी पक्ष आहे. आपल्याला आपल्या निश्चित केलेल्या व्यक्तीच्या मनाच्या या अज्ञात आणि आत्म-केंद्रित घटकाला स्पष्टपणे जाहीर करावे ल ागेल आणि याचा आपल्या फायद्यासाठी उपयोग करून घ्यावा लागेल.

अनेक स्वरूपात, आत्म-केंद्रितवाद स्वतःला जाहीर करतो. याबद्दल विचार करण्याची एक पद्धत अशी आहेः शेवटी आपल्याला लालची बनावे लागते. इतरांचा विचार करण्यात आपण आपला सर्व वेळ वाया नाही घालवू शकत. आपण जर असे केले तर आपण जगू शकणार नाही. एक वेळ येते जेव्हा आपल्याला ठरवावे लागते की काय करणे फायद्याचे ठरेल.

हे आपल्याला अनेक मानसिक शॉर्टकट आणि व्याख्यात्मक पूर्वग्रहाकडे घेऊन जातं. या अशा धारणा आहेत ज्यावर आपण नंतर चर्चा करू. मनाला गोंधळ आवडत नाही. आपल्या मनाला हे समजून सांगावं लागतं की ते ब्रह्माडाला समजू शकतं. जर असे होणार नाही तर त्याचं समाधान होणार नाही. मानवी मेंदू अनेक गोष्टीसाठी जबाबदार असतो, म्हणून सखोल विचार करणे आणि आपल्याकडील अनुभवापेक्षा वेगळया कल्पना करण्यात फाजिल वेळ वाया घालवत नाही.

मन प्रत्येक गोष्टीला त्याच्यासारखेच तर्कसंगत बनवतं. त्याला असं वाटतं की मनाला समजणार नाही, असं काहीही नाही. मनाला त्याने तयार केलेल्या मानसिक ब्रह्माडात सगळं काही समजायला हवं. हे म्हणजे त्याचा स्वतःला सुरक्षित ठेवण्याचा एक मार्ग आहे. डार्क साइकॉलॉजीचा विद्यार्थी या नात्याने कोणाच्या मनात सखोल असं उतरताना तुम्हाला सतर्क रहावे लागेल. कारण आपल्या मनाचं असं मत असतं की त्याला सगळं काही माहित आहे म्हणून त्याच्या विचाराला आवाहन देणारी माणसं त्याला पसंत नसतात. जर आपण आपल्या निश्चित केलेल्या व्यक्तीची सर्व आवाहने दिली तर तो तुम्हाला त्याच्या मनात प्रवेश देणार नाही. याचा अर्थ असा नाही की असे काहीही

नाही ज्यावर तुम्ही संशय करावा. याचा अर्थ इतकाच आहे की आपल्याला फक्त वेळ आणि ठिकाणाबद्दल जागृत रहायचे आहे. तुम्ही जर आम्ही सांगतो तसे करीत असाल, तर तुम्हाला लोकांच्या विचाराला आवाहन द्यायला काही अडचण येणार नाही. तुम्ही जर सांगितल्याप्रमाणे केले आणि तुम्ही निश्चित केलेला व्यक्ती तयार आहे, तरीही तुम्हाला काही अडचण नाही.

सर्वप्रथम तुम्हाला याची खात्री द्यायची आहे की तुम्ही ब्रह्माडाच्या संदर्भात त्यांच्या विचारांना आव्हान देणार नाहीत. तुम्ही तोपर्यंत असे करणार नाही जोपर्यत तुम्ही कोणत्याही आत्मवादाला आव्हान देत नाहीत. मग तो वास्तवीक आत्मवादी असो किंवा साधारण असा आत्मवादी व्यक्ती असो. तुम्हाला वाटत असेल की यामुळे तुम्हाला त्याच्या मनात प्रवेश करण्याची संधी मिळणार नाही, परंतु तुम्हाला योग्य क्रमाने योग्य काम करावे लागेल. जोपर्यंत त्याचा विश्वास बसणार नाही तो त्याच्या मनात प्रवेश देणार नाही. पहिले पाऊल आहे विश्वास संपादन करणे. तुम्ही दोघात विश्वास निर्माण होण्यासाठी त्याच्या जगाचे समर्थन करावे लागेल. त्याचे विचार तुम्हाला योग्य किंवा अयोग्य वाटले तरी त्यामुळे काही फरक पडत नाही. सुरूवातीला त्याला असे वाटले पाहिजे की त्याच्या काल्पनीक जगाचे का असेना तुम्ही एक भाग झालेले आहात. यामुळे पुढील कार्य पार पाडण्यासाठी तुम्हाला डार्क साइकॉलॉजीची गरज पडेल.

त्यांनर दुसरी पायरी येते, यात तुम्हाला तुमच्या जागतिक धारणेला त्याच्या वर्तमान जागतिक धारणेसोबत तोळमेळ बसवावा लागेल.

ते कसे करायचे याचे काही खास नियम नाहीत. तुम्ही कितीही कल्पना विलासी बनलात, असे वाटते की तुमच्यासोबत कोणाचे विचार जुळणार नाहीत. दोन गोष्टी एक समान वर्तन करू लागण्यास वेळ लागतो, असे पहिल्यांदा लगेच होत नाही. इतर कोणाच्या तुलनेत एक सच्चा आत्मवाद्यासोबत असे करणे फारच उत्तम असते. असे यामुळे आहे कारण की जोपर्यंत ते तुमच्या आणि त्याच्या विचाराला सह-अस्तित्त्वात पहातो, तोपर्यंत काहीही करण्याची आवश्यकता नाही. त्याचा मेंदू सत्याचा विचार करतोय किंवा कसलीच शंका न घेता पुढे जात आहे, जी एक आत्मवादीची गरज आहे.

थोडासा आत्मवादी प्रकारचा एक विशिष्ट व्यक्ती थोडा गुंतागुतीचा असतो. तुमच्या भावनाशिवाय, त्याच्याकडे जगाच्या विचाराची दृष्टी आहे. परंतु याशिवाय, परंतु त्याला जगातील इतर विचाराच्या बाबतीतही थोडी माहिती आहे. ते पूर्णपणे वास्तवीक

आत्मवाद्याप्रमाणे नसतात. असे यामुळे असते कारण की ते जगातील ज्या विचारांचा सामना करून बसले आहेत, त्याच्यासोबत तुमच्या विचाराची तुलना करतील.

वास्तवात त्याच्या जवळ जाऊन तुम्हाला खात्री द्यावी लागेल की तुम्ही त्याला काय विचारत आहात. हेच कारण आहे की एखाद्या व्यक्तीचे विचार आणि कार्य शोधून काढण्यास वेळ लागतो, जो एक पूर्ण आत्मवादी नाही आहे. त्याच्यासोबत, त्याच्या मनाचे कोडे असे तुकडे जोडून करणे इतके सोपे नाही, जे त्याच्या मनात घट्ट बसतील. त्याच्याकडे बाह्य जगाची समज असते आणि तुमच्याशिवाय सर्व विचार हजर असतात.

तुम्ही जर या पुस्तकात वर्णन केल्याप्रमाणे डार्क साइकॉलॉजीच्या धारणेच्या मदतीने त्याच्या कार्याचा फायदा मिळवू इच्छिता किंवा नव्या विश्वासाठी त्याचं मन कंट्रोल करू इच्छिता, तरी पण तुम्ही त्याच्या मनाला छेडू शकता. असे करून तुम्ही त्याच्या कथित वैचारीक मर्यादेला तुमच्यात आणि त्याच्यात अंधूक असे करता. पुढील प्रकरणात हे कसे करायचे ते सांगितले आहे. तुम्ही या अनुभवाचा उपयोग डार्क साइकॉलॉजीचे रहस्य आणि त्या पद्धतीचा शोध करण्यासाठी करू शकता जे तुम्ही शिकले आहे. डार्क साइकॉलॉजीच्या धारणा आणि इतिहासासोबतच तुम्हाला करिअर आणि सामाजिक जीवनात प्रगती करण्यासाठी मदत मिळेल.

प्रकरण २

डार्क साइकॉलॉजीचे धोरण आणि रहस्य

या प्रकरणात त्या पद्धती आणि रहस्याबद्दल सांगतिले आहे, ज्यांचा उपयोग जागतिक शक्ती इतर राष्ट्रांना जिंकण्यासाठी करतात. मागच्या प्रकरणात आपल्याला डार्क साइकॉलॉजीच्या एका डिसेप्शन सिद्धांताबद्दल सांगण्यात आले होते. या प्रकरणात त्या अवधारणेचा अभ्यास केला जाईल.

शब्दांच्या शक्तीचा उपयोग करून कोणाच्या मनात प्रवेश करणे अगदीच सोपे आहे. त्यासाठी आपल्याला केवळ शब्दांची निवड करावी लागेल. वास्तविक जीवनात डार्क साइकॉलॉजीचा उपयोग करायचे शिकण्यासाठी आपल्याला खास करून आपल्या शब्दसामर्थ्याचा अभ्यास करावा लागेल, म्हणजे तुम्हाला एखाद्याच्या मनात प्रवेश करता येईल. मात्र, शिकण्याच्या असंख्य पद्धती असतात, परंतु एखाद्याच्या मनात प्रवेश करण्यासाठी तुम्हाला थोड्याच पद्धती उपयोगात आणायच्या आहेत. चला तर मग, सुरू करू. योग्य पर्सुएशन, माइंड कंट्रोल आणि माइंड रिडिंगच्या तीन महत्त्वपूर्ण पायऱ्या असतात, चांगले लोकं यापैकी पहिल्याचा उपयोग करतात.

काही करण्यापुर्वी तुम्हाला याची जाणीव असावी की तुम्ही तुमच्या नियंत्रणात आहात का. तुम्हाला याची खात्री करून घ्यायची आहे की तुम्ही निश्चित केलेला व्यक्ती कोणत्याप्रकारे नकारात्मक प्रभाव पाडणार नाही. असे करणे किती कठीण असते हे तुम्हाला माहित झाल्यावर समजेल. जोपर्यंत तुम्ही एखाद्याच्या मनात प्रवेश करण्याचा तुमचा पहिला प्रयत्न करीत नाहीत, तोपर्यंत याचा धोका असतो की तुम्ही एखाद्या भिंतीवर आदळू शकता. इथे भिंत म्हणजे तुम्ही निश्चत केलेल्या व्यक्तीपेक्षा भावनीक,

तोंडी, व्यवहारिक स्वरूपात अधिक प्रभावित होणे आहे. तुम्ही निवडलेला व्यक्ती तुम्हाला प्रभावित करीत असेल तर तुम्ही त्याच्या मनात प्रवेश नाही करू शकणार. आणि जर असे होत असेल तर तो तुमच्या मनात प्रवेश करू शकतो. मनावर संशोधन करणारे मानसतज्ज्ञ किंवा न्युरेसाइंटिस्ट आता याचे कारण सममजून आहेत. आपल्या मेंदूत विशिष्ट असे न्यूरॉनमुळे असे होते, ज्याला मिरर न्यूरॉन म्हटल्या जाते. एक न्यूरोसाइंटिस्ट एका चिंपाजीवर प्रयोग करीत असताना या मिरर न्यूरॉनचा शोध अचानक लागला होता. हे पहात असताना की मिरर न्यूरॉन्सचे किती निहितार्थ आहेत, ज्याप्रकारे ते कार्य करतात, ते वास्तवात सोपे आहे.

न्यूरोसाइंटिस्टने दोन वेगवेगळया चिंपाजीचा मेंदू स्कॅन केला. ज्यावेळी पहिल्या चिंपाजीने एक केळी उचलली तेव्हा हा वेगळा असा न्यूरॉन (मिरर न्यूरॉन)त्याच्या मेंदूत हालचाल करू लागला. फोटोमध्ये इतर चिंपाजी कसे मिसळतात ही मजेशीर बाजू आहे. दुसऱ्या चिंपाजीने केळी नाही उचलली, तर त्याने केवळ दुसऱ्याला केळी उचलताना पाहिले परंतु असे असतानाही, त्याच्या मेंदूत तोच खास न्यूरॉन बसला.

यातूनच न्यूरोसाइंटिस्टकडून मिरर न्यूरॉन्सचा अचानक शोध लागला. मिरर न्यूरॉन्सला आता असे न्यूरॉन म्हणून पाहिले जाते, ज्याच्या मदतीने आपल्या मेंदूतल्या क्रियांची कल्पना करू शकते. एकतर ती आपल्याकडून होणारी वास्तवीक क्रिया असू शकते किंवा केवळ क्रिया असू शकते, ज्याची आपण कल्पना करतो. मिरर न्यूरॉन्स इतके अदभूत आहेत की आपण आपल्या मिरर न्यूरॉन्ससारखी प्रतिक्रीया प्राप्त करण्यासाठी काहीही करण्याची गरज नसते. ते कोणत्याही परिस्थितीत त्यांची जागा घेतात.

याचा अनेक ठिकाणी उपयोग केल्या जातो. गृहीत धरा की तुम्ही एक कांदबरी वाचत आहात आणि त्यातले एक पात्र चिप्स खात आहे. तर आपल्या मिरर न्यूरॉन्समध्ये असा स्फोट होईल की जणू तुम्हीच चिप्स खात आहात. ज्या पद्धतीने आपला मेंदू गोष्टी समजून घेतो ते सर्व आपल्या मिरर न्यूरॉन्सच्या माध्यमातून होते. मानासशास्त्रज्ञ असे समजून आहेत की मिरर न्यूरॉन्सचा विकास आपल्याकडून भविष्यात काहीतरी घडावे यासाठी झाला आहे. होऊ शकतं की आता आपण काहीच करीत नाहीत, परंतु जेव्हा आपण एखादे कार्य होताना पहातो, तर आपल्या मनात तसे करण्याचे विचार येतात. मिरर न्यूरान्सचे हेच काम आहे. आता तुम्हाला आधीच माहित झाले आहे की हे माइंड कंट्रोल आणि कोअर्शनशी कसे संबंधीत आहे कारण तुम्ही निवडलेल्या व्यक्तीला भावनात्मक

स्वरूपात पहात असाल तर हे तुम्हाला प्रभावित करायला सुरू करू शकतं. हे एखाद्या सामाजिक शक्तीप्रमाणे वाटू शकतं, जे आपल्याला भावनात्मक स्वरूपात त्याच्यासोबत जोडू इच्छितं. असे असले तरी सामाजिक घटक यात न्यूरोसाइंसमुळे निःसंशय यात भूमिका पार पाडतात, परंतु आता आपण जाणतो की यात योगदान देणारा शोध मेंदूत असतो.

आपण ना केवळ आपल्या जीवनात लोकांबद्दल प्रतिक्रियेत भावनेला पोहचविण्यासाठी सामाजिक स्वरूपात विवश असल्याचे मानतो, तर आपले मिरर न्यूरॉन्स देखील व्यक्तीच्या कार्यांच्या मोबदल्यात स्फोट घडवून आणतात. इतके की ते जर व्यवहार करीत असतील तर, आपले मिरर न्यूरॉन्स त्यांच्या मिरर न्यूरॉन्सप्रमाणे स्फोट करीत असतील आणि हे आपल्याला जाणवतं.

हेच कारण आहे की मनातले ओळखणे, मनावर नियंत्रण करणे आणि हातचल ाखी करण्यात सक्षम होण्यासाठी स्वतःला आवश्यक पद्धतीने नियंत्रीत करणे किती कठीण होऊन जाते. तंत्रिका एक वैज्ञानीक आणि जैविक प्रक्रिया आहे, ज्यामुळे आपण त्यांच्याकडून प्रभावित होतो.

परंतु आपण हे मान्य करीत नाहीत की आपण निवडलेल्या व्यक्तीकडूनच प्रभावित होत आहोत. जसे की मी म्हणालो, ज्यावेळी स्टेट पॉवरची गोष्ट येते त्यावेळी आपल्याकडून आशा केली जाते की आपण त्याच्यावर हातचलाखी करावी, आणि जर आपण या डार्क साइकॉलॉजीमध्ये यशस्वी होऊ इच्छित असू, तर पहिले कौशल्य आहे स्टेट मॅनेंजमेंट. तुम्हाला यात कौशल्य प्राप्त करावे लागेल. अनिवार्य स्वरूपात, तुम्हाला कोणत्याही क्षणी तुमच्या भावना व्यक्त करण्याचा अधिकार आहे. अनोळखी लोकांकडून मिरर न्यूरॉन्समुळे प्रभावित नाही व्हायचे आहे, तर आपली क्षमता इथे निवडण्यात सक्षम होणे आहे की तुम्ही कोणत्या क्षणी कोणत्या भावना व्यक्त करता.

ही पहिली क्षमता आहे ज्यात आपल्याला कौशल्य प्राप्त करायचे आहे, कारण की यामुळे तुमचा फोकस विचलित होतो. ते आशा करतात की प्रत्येक वेळी नाही तर आपण त्यांच्याकडून त्यावेळी प्रभावित व्हावे, ज्यावेळी आपण व्यक्तीसोबत संवाद करीत असतो. इतर डार्क साइकॉलॉजी पुस्तकांचा सल्ला घेऊन, स्टेट पॉवरला चुकीच्या पद्धतीने शिकवू नका. ते वाचकांना स्टेट पॉवरचा खोटा आभास देऊन भ्रमित करतात.

स्टेट रेग्यूलेशनचा अर्थ अजिबात असा नाही की तुम्ही भावनांना समजून घेणे बंद

करा. स्टेट रेग्युलेशनचा अर्थ आपल्या विचारांचे व्यवस्थापन करण्यात सक्षम होणे आहे आणि हे या गोष्टीपेक्षा फार वेगळे आहे.

जेव्हा आपण म्हणतो की या मुद्यापासून दूर रहाण्यासाठी आपल्याला स्टेट रेग्युलेशनचा उपयोग करायला हवा, तर याचा अर्थ असा नाही की आपल्याला कधीही या प्रकारची प्रतिक्रिया नाही द्यायला पाहिजे, जी सामान्य सामाजिक संपर्कासाठी विशिष्ट असतील. वास्तवात, अनेकदा एकाच रेग्युलेशनमध्ये तुम्ही नेहमी भावनांना व्यक्त करू शकता जसा सामान्य व्यक्ती व्यक्त करतो.

स्टेट कंट्रोलमुळे तुम्ही हे निवडू शकता की तुम्ही भावनात्मक स्वरूपात कधी आणि कसे प्रतिक्रिया देता. तुम्हाला अधिकचा वेळ सामाजिक स्वरूपात अनपेक्षित पद्धतीने प्रतिक्रिया दिली पाहिजे आणि कधी कधी तुम्ही असे नाही करायला पाहिजे. हे या गोष्टीवर अवलंबून आहे की तुम्ही निवडलेल्या व्यक्तीच्या मनाच्या लहरी (वेव्हलेंथ)सोबत ताळमेळ आणि आपल्या उद्देशासाठी हातचलाखी यातला ताळमेळ कसा साधता. आपण या संदर्भात नंतर चर्चा करू, परंतु आतासाठी स्टेट पॉवरकडे वळू.

जसे की आपण म्हणालोत, स्टेट कंट्रोलला चुकीच्या पद्धतीने समजावून सांगितल जाते. मानले जाते की हे आपल्या आपसपाच्या भावनात्मक उत्तेजनाशिवाय कोणत्याही प्रकारच्या भावनेला प्रदर्शित नाही करण्याची क्षमता आहे. परंतु ही संवाद साधण्याची सर्वांत मौल्यवान भावना आहे, ही वास्तवात कोणत्याही वेळी कोणतीही भावनेला व्यक्त करण्याची क्षमता आहे. ज्यावेळी तुम्ही निवडलेल्या व्यक्तीला काही करायला तयार करता, किंवा त्याचे मत बदलण्याचा प्रयत्न करता, ते तुम्ही प्रत्येकवेळी करता तसे नाही करू शकत. कधी कधी तुम्हाला कोअर्शन किंवा माइंड कंट्रोलसाठी आपल्या भावनेला सामावून घ्यावे लागू शकते. स्टेट कंट्रोलचा सर्वांत कठीण भाग हे शिकणे आहे की तुम्ही मुद्दाम कोणत्याही क्षणी असे करू शकले पाहिजे. आपल्या विचारांना विशिष्ट मर्यादेत नियंत्रीत करण्याची क्षमता शिकण्यासाठी तुम्हाला डार्क साइकॉलॉजीवर अवलंबून असण्याची गरज नाही. वास्तवात, आपल्याकडे या क्षमतेवर काम करणे आणि प्रगती करीत जाण्याशिवाय कोणताही पर्याय नाही आहे आणि ठीक याप्रमाणे जसे आपण मोठे होतो, वयस्कर बनतो आणि समाजाचा भाग बनतो.

आपल्या भावनांना नियंत्रीत करण्यात कौशल्य प्राप्त केल्यानंतर तुम्ही तुमच्या नैसर्गीक भावनेला पूर्णपणे नव्या भावनेसोबत बदलू शकता.

जेव्हा आपण जाणतो की हे स्टेट पॉवरसाठी का गरजेचे आहे, तर प्रश्न असा निर्माण होतो की तुम्ही हे कसे प्राप्त कराल ? तर त्याचे उत्तर आहे स्टेजशो.

स्टेजशोचा अनेक ठिकाणी उपयोग केल्या जाऊ शकतो, हे एक साधन आहे, ज्याचा उपयोग तुम्ही माइंड कंट्रोल आणि हातचलाखीत करू शकता. मात्र, स्टेट पॉवर अशी युक्ती आहे जिचा उपयोग करून आपण कोणत्याही मुद्यावर निवडलेल्या व्यक्तीसोबत संबंध कायम ठेवण्यादरम्यान भावनीक संवादावर नियंत्रण ठेवण्यासाठी करू शकतो.

स्टेजशोसारखा आपल्या कल्पना शक्तीचा उपयोग करून आपण असे करू शकतो. कधी कधी आपण प्रौढासारखा विचार करतो की बालपणीची सृजनशीलता मागे पडली. परंतु वास्तव हे असते की सृजनशीलता या काळात आपल्या जीवनापासून फार पुढे निघून गेलेली असते. कल्पनेच्या मदतीने आत्मवादी आपल्या जवळच्या सर्व पुराव्या नंतरही समजतो की आपण अधिक वेळ ब्रह्मांडाला समजून घेतो, ज्यामुळे आपल्याला शंका वाटू शकते.

एक प्रौढ म्हणूनही कल्पनाशक्तीला कमी समजू नका. स्टेजशो मोठ्या प्रमाणात सृजनशीलतेवर आधारीत आहे. वास्तव हे आहे की ॲरिस्टॉटलने आपल्याला आपले ध्येय गाठण्यासाठी सृजनशीलतेचा उपयोग करण्याचा सल्ला दिला होता. आपल्याला जे करायचे आहे ती अशी एक गोष्ट आहे जी आपल्यासाठी कल्पनेच्या परिभाषेत बरोबर बसते. आणि ते म्हणाले होते ती एक कमी वेळेचा स्टेजशो होता. आरंभ करण्यासाठी एक असा भाव निवडा ज्यामुळे आपण आपल्या चेहऱ्याद्वारे व्यक्त करण्यासाठी तयार आहात. सर्वप्रथम, त्या वेळेबद्दल विचार करा ज्यावेळी वास्तवात तुम्हाला याची जाणीव झाली होती. स्मरण करा की तुम्हाला कसे वाटले होते. सर्व टीकात्मक भावना असूनही तोपर्यंत प्रयत्न करीत रहा, जोपर्यंत तुम्ही त्या भावनेला स्पर्श करीत नाही, जी जाणीव तुम्हाला हवी आहे. जोपर्यंत ती तुमच्या चेहऱ्यावर स्पष्ट दिसत नाही.

याची शेवटची चाल अगदीच तशीच आहे जसे ॲरिस्टॉटलने म्हटले होते. आता सर्व भावना तुमच्या हातात आहेत, म्हणून आता विचार करा कोणती भावना व्यक्त केल्याने तुम्ही निवडलेल्या व्यक्तीवर तुम्ही नियंत्रण करू शकाल. त्यासाठी आवश्य भावनेसहित प्रतिक्रिया द्या. आपण निश्चितच प्रत्येक लहान गोष्टीसाठी तयार असू शकत नाहीत.

मात्र, यामुळे तुमचा आत्मविश्वास वाढेल आणि तुम्ही फारसे निराश होणार नाहीत की प्रयत्नच सोडून द्याल. इतके की अशा गोष्टी जर समोर आल्या ज्याची तुम्ही कल्पना

केली नव्हती, तर तुम्ही इतर गोष्टीसाठी तयार व्हाल. एकूण काय तर तुम्ही घाबरणार नाहीत. तुमच्याकडे अनुभव असेल ज्याच्या जोरावर तुम्ही त्यासाठी तयार असाल आणि त्यानुसार प्रतिक्रिया देखील द्याल.

स्टेजशो स्टेट कंट्रोल करण्याचा एकमेव मार्ग नाही आहे. तुम्हाला इतर उपयोगी पडणारे मार्ग शोधावे लागतील, म्हणजे तुम्ही पाहू शकाल की कोणत्या पद्धतीने तुम्ही चांगल्या प्रकारे करू शकता. याची सर्वांत सोपी पद्धत आहे दीर्घ श्वास घेणे. असे केल्याने आपण अधिक हलके होतो कारण की आपल्या शरीरात अधिक ऑक्सीजन असते आणि आपला मेंदू पण अधिक उत्साहाने काम करू लागतो.

असे समजणे ठीक नाही की दीर्घ श्वास घेण्याचा अर्थ फक्त हळूहळू श्वास घेणे आहे, परंतु तसे नाही. ज्यावेळी आपण दीर्घ श्वास घेतो त्यावेळी हवा शरीराच्या आत खोलवर गेल्याचे आपल्याला जाणवते. आपल्या शरीरात हवा खोलवर जाण्याचा अर्थ असा नाही की त्याला दीर्घ श्वास घेणे म्हणतात, यामुळे स्टेट कंट्रोल दृष्टीकोण विशेष भावनेसारख्या स्टेजशोला व्यक्त करण्यासाठी आपली मदत नाही करीत. तर अगदीच अंडचणीच्या वेळी तुमची मदत करते. तुम्ही निवड केलेल्या व्यक्तीला व्यक्त होण्यास वेळच देत नाही, त्यामुळे दीर्घ श्वास तुमच्या मदतीला येतो.

लक्षात ठेवा, तुम्हाला इतका ही दीर्घ श्वास घ्यायचा नाही ज्यामुळे तुमच्यावर शंका येईल. तुम्ही निवड केलेल्या व्यक्तीला संशय यावा असे तुम्हाला वाटेल काय. त्याला जर जाणवले की तुम्ही गतीने श्वास घेत आहात तर तो जागृत होईल. त्याला जाणीव नाही झाली पाहिजे की तुम्ही त्याच्या मनावर नियंत्रण करीत आहात किंवा हातचलाखी करण्याचा प्रयत्न करीत आहात. स्टेट कंट्रोल कोणत्याही परिस्थितीत शांत रहाण्यासाठी तुमची मदत करील. इतरांसोबत संवाद साधताना स्वतःच्या भावना समजू न देण्याच्या अनेक पद्धती आहेत, परंतु याचा कोणत्याही वेळी, कोणत्याही ठिकाणी सराव करणे सोपे आहे.

एका सीन दरम्यान एका अभिनेत्याचे 'ब्रेकिंग कॅरक्टर' काय असते हे कदाचित तुम्हाला माहित असेल. याचा अर्थ असा की अभिनेत्याला दुसऱ्या अभिनेत्याचा डायलॉग किंवा अभिनय इतका मनोरंजक वाटतो की तो स्वतःची भूमिका विसरून जातो आणि हसू लपवण्याचा प्रयत्न करतो. ज्यावेळी आपण स्टेट पॉवर शिकतो, तर याचा अर्थ आहे की तुम्ही मूळ स्वरूपात 'ब्रेकिंग कॅरेक्टर' सारख्या आवस्थेपासून दूर राहू शकता.

तुमच्याद्वारा करण्यात येणारे पात्र त्या व्यक्तीचे असते ज्याचा उद्देश निवडलेल्या व्यक्तीकडून आवश्यक ती माहिती गोळा करणे किंवा त्याला प्रभावित करणे किंवा त्याचे शोषण करणे. तुम्ही ऑनलाईन व्हिडिओ पाहून किंवा कोणत्याही स्ट्रीमिंग प्लेटफॉमवर कॉमेडी आप्शन पाहून याचा सराव करू शकता. खात्री करून घ्या की तुम्ही अधिक तर वेळ असे काही तरी पहा ज्यामुळे तुम्हाल खरोखरच हसू येईल. ते पाहून तुम्ही न हसता स्टेट रेग्युलेशनचा सराव करू शकता किंवा 'कॅरेक्टर ब्रेक' न होऊ देण्याचा सराव करू शकता. स्टेट रेग्युलेशन शिकण्यासाठी हे एक फारच चांगला सराव आहे. मग सीन किंवा अभिनेता किती रंजक आहे, तुमचा अंतिम उद्देश भिंतीसारखा वाटला पाहिजे.

एखादा विनोद झाल्यावर तुम्ही निवडलेल्या व्यक्तीच्या समोर हसू रोखणे म्हणजे तुमच्या भावना रोखणे नसतं. परंतु भावनीकदृष्ट्या हे समान आहे. तुम्हाला अशी काही सामग्री निवडावी लागेल, ज्यावर तुम्ही ठरावीक पद्धतीने प्रतिक्रिया देता, आणि तुम्हाला त्यावर प्रतिक्रिया देताना स्वतःला आवरावे लागेल. स्टेजशो केल्याने तुम्हाला एक दीर्घ श्वास घेण्यास आणि हा सराव चांगल्याप्रकारे करण्यासाठी मदत होईल.

प्रभावी माइंड कंट्रोल आणि मेनिपुलेशनच्या तीन टप्यात पहिले आहे स्टेट कंट्रोल. हे अतिशय महत्त्वाचे पाऊल देखील आहे, कारण की जर आपण कोणत्याही वेळी आपल्या भावनांना मनाप्रमाणे सादर करू शकलो नाही, तर आपणच प्रभावीत होतो. जोपर्यंत तुम्ही निवडलेल्या व्यक्तीवर या शक्तीचा उपयोग करीत नाही, तोपर्यंत तुम्ही त्यावर कोणत्याही प्रकारचा कंट्रोल नाही करू शकत.

जसे जसे आपण पुस्तक वाचत पुढे जाऊ तसे आपण २ आणि ३ पायरीबद्दल चर्चा करू. परंतु या महत्त्वपूर्ण सत्याकडे लक्ष द्या, पायरी २ आणि ३ मध्ये माइंड कंट्रोल आणि कंडीशनिंग धोरणं येतात. तुम्ही फक्त या पद्धतीच्या जारोवर योग्य तो प्रयत्न नाही करू शकणार. हे स्वयंपाक कसा करावा याचे पुस्तक नाही आहे जिथे तुम्ही केवळ योग्य क्रमाने सांगतिलेल्या सूचनांचे पालन करता आणि परिणाम प्राप्त करता. तुम्ही व्यक्तीची निवड करण्यापुर्वी तुमच्याकडे स्टेट कंट्रोलसारखे कौशल्य असायला हवे. २ आणि ३ पायरी गाठण्यापुर्वी तुम्हाला आणखी एक महत्त्वपूर्ण कौशल्य शिकावे लागेल, जे आम्ही लवकरच तुम्हाला शिकवू.

या क्षमतेला पर्सेप्चुअल शार्पनेस म्हटल्या जाते. माइंड कंट्रोल आणि मेनिपुलेशनच्या पुर्वीच्या पातळीचा दुसरा भाग पर्सेप्चुअल शार्पनेस आहे. असे समजणे डार्क साइकॉलॉजीच्या

क्षेत्रात अद्वितीय नाही आहे. आभासी स्वरूपात पर्सेप्चुअल शार्पनेस प्रत्येक कौशल्यात योग्य ठरतं. जसे की स्वयंपाक करणे, सामानाची देखभाल, आरोग्याची काळजी, शिक्षण आदी. हेच आहे पर्सेप्चुअल शार्पनेस. दुसरे तिसरे काही नसून आपल्या इंद्रीयांनी संवेदनशील असणं आहे. जितके अधिक आपण पहातो, ऐकतो, वास घेतो, चव घेतो आणि समजतो, आपली पर्सेप्चुअल शार्पनेस तितकीच संवेदनशील बनते.

सर्वप्रथम, आपण आपल्या आहे त्या इंद्रियाने समजून घेतो की आपली क्षमता किती आहे. तुम्हाला कधी कोणी सांगितले आहे काय की तुमची वास घेण्याची क्षमता कमाल आहे ! डोळे बंद करूनही केवळ स्पर्शाने तुम्ही वस्तू ओळखू शकता ? काय तुम्ही एखाद्या कलाकाराला त्याच्या आवाजावरून ओळखू शकता ? काय तुमचे डोळे तीक्ष्ण आहेत, जे इतरांना दिसत नाही ते शोधू शकतात ? प्रत्येक क्षेत्रात पर्सेप्चुअल शार्पनेस एक चांगले कौशल्य असू शकतं, परंतु हे डार्क साइकॉलॉजीमध्ये खास करून महत्त्वाचे आहे. ज्यावेळी तुम्ही निवडलेल्या व्यक्तीसोबत संवाद साधत असता, त्याच वेळी सूक्ष्मपणे अनेक गोष्टी गोळा करण्याची आपली क्षमता असायला हवी. तुम्ही निवडलेल्या त्या व्यक्तीच्या लहान लहान हालचाली जितक्या समजून घ्याल तितके तुम्ही चांगले करू शकाल. जितक्या ल वकर तुम्हाला परिणाम प्राप्त होतील तितके चांगले आहे.

आपली इंद्रिये अनिवार्यपणे आपल्यासाठी सर्वांत प्रभावी संसाधनं आहेत. त्यांच्या जोरावर तुम्ही या जगातून दुसऱ्या जगात जाऊ शकता जिथे तुम्ही आणि तुम्ही निवडलेला व्यक्ती असेल. तुम्ही तुमच्या आसपासच्या सामग्रीच्या संदर्भात फार काळजी केल्याशिवाय जीवन जगू शकता, परंतु तुम्हाला असे करणे थांबवावे लागेल. याचे सर्वांत मोठे कारण हे पण आहे की प्रत्येकजण डार्क साइकॉलॉजी यामुळे शिकू शकत नाही की ते सर्व माहिती लक्षात ठेवू शकत नाहीत. ज्योवळी आपल्याकडे चांगली पर्सेप्चुअल शार्पनेस असते, त्यावेळी तुम्ही लहानातल्या लहान गोष्टी देखील लक्षात ठेवू शकता. म्हणून पर्सेप्चुअल शार्पनेस स्टेट रेग्युलेशन इतकीच महत्त्वाची आहे. तुम्हाला निश्चितच स्टेट कंट्रोलची आवश्यकता आहे म्हणजे तुम्ही तो व्यक्ती असणार नाहीत ज्यावर माइंड कंट्रोल केल्या जात आहे. परंतु पर्सेप्चुअल शार्पनेसमुळे आपला फायदा होईल. आपल्याकडे तुम्ही निवडलेल्या व्यक्तीची अशी माहिती देखील असेल, ज्याबद्दल त्याला कसलीच जाणीव नसेल. जितके अधिक तुम्ही या मुद्याच्या संदर्भात समजून न घेता विचार कराल, तितके चांगले आहे.

पर्सेप्चुअल शार्पनेस अनुभवातून येते. आपण केवळ सूक्ष्म गोष्टीबाबतच नाही तर निवडलेल्या व्यक्ती संबंधी असलेल्या माहितीच्या संदर्भात स्पष्टपणे बोलत आहोत. निवडलेल्या व्यक्तीसोबत बोलताना कोणत्याही पातळीवर तुम्ही जे सर्वांत महत्त्वपूर्ण काम करू शकता, ते आहे त्याच्याबद्दल अधिक माहिती गोळा करणे. त्याला जितके अधिक ओळखता तितके चांगले ठरेल. मात्र, त्याला माहीत नाही झाले पाहिजे की तुम्ही एक व्यक्ती म्हणून सतत आणि सक्रीयपणे त्याची माहिती गोळा करीत आहात. नशीबाने, पर्सेप्चुअल शार्पनेसमुळे हे शक्य होते. म्हणून आपल्याला ती माहिती गोळा करण्यासाठी इकडे तिकडे जाण्याची गरज नाही. न विचारता लोक आपल्याला माहिती देत असतात, आणि पर्सेप्चुअल माहितीसोबत आपण स्वभाविकपणे माहिती गोळा करू शकतो.

पर्सेप्चुअल शार्पनेस, अलिकडेच चर्चेचा विषय ठरलेली एक आणखी प्रतिभा सक्रीयपणे ऐकण्याची कला सोबत एकत्र काम करते. आजकाल, म्हणतात की एकाग्रपणे ऐकणे ही कला आहे, परंतु वास्तव असे आहे की असे घडणे दुर्मिळ आहे. डार्क साइकॉलॉजीच्या आपल्या ज्ञानामुळे आपण या मर्यादेपर्यंत जाणतो की सर्व व्यक्ती आत्मवादी असतात. आपण आपलीच काळजी करतो आणि जर आपण दुसऱ्या जगाची काळजी करीत असू तर ती यासाठी की तिचा आपल्या जीवनावर काय परिणाम होईल.

डार्क साइकॉलॉजीचे विद्यार्थी आणि मेनिपुलेटर म्हणून आपण याचा उपयोग आपल्या फायद्यासाठी करतो. अनौपचारीक चर्चामध्ये, आपल्याला केवळ लोकांना बोलते करायचे आहे. असे प्रश्न विचारायचे आहेत की ज्यातून आवश्यक ती माहिती प्राप्त करायची आहे. फक्त ते असे विचारायचे आहे की कसलीही शंका यायला नको आहे.

अशाप्रकारे तुम्ही निवडलेल्या व्यक्तीच्या संदर्भात अधिकाधिक माहिती गोळा करू शकता. जसे की आम्ही सांगितल आहे, मेनिपुलेटर म्हणून ही पद्धत तुम्हाला मदत करू शकते आणि याच्या मदतीने तुम्ही निवडलेल्या व्यक्तीबद्दल माहिती गोळा करू शकता.

मात्र, ॲक्टिव्ह लर्निंगची एक महत्त्वाची बाजू ऑडिटरी शार्पनेस आहे. दशकापासून अनेक लेखकांनी आपल्याला सांगितले आहे की केवळ बोलण्यासाठी संवादात सहभागी होण्याऐवेजी, आपण ऐकण्यावर जोर दिला पाहिजे. परंतु आपण ॲक्टिव्ह लर्निंगबद्दल प्रभावी कसे होऊ शकतो ? आपण ती माहिती कशी पुन्हा प्राप्त आणि लक्षात ठेवू शकतो, जी आपण निवडलेल्या व्यक्तीकडून मिळालेली आहे. शार्पनेस इन व्हिजन. ही प्रभावीपणे सक्रीय स्वरूपात ऐकण्याची चावी आहे. विचार करा ज्यावेळी आपण या पद्धतीचा उपयोग करतो, ज्यामुळे आपण आपल्या पर्सेप्चुअल शार्पनेसला वाढवू शकतो, तर आपण या

पद्धतीला ॲक्टिव लिसनिंग भावनेच्या अनुकूल कसे बनवू शकतो. कारण ती ही जागा आहे जिथे आपला उद्देश सर्वांत फायदेशीर ठरेल. सर्वप्रथम, तुम्हाला पर्सेप्शनच्या मजबूत संवेदनशीलता प्राप्त करण्याची पहिली बाधा दूर करावी लागेल. ही बाधा त्याला लक्ष्य नाही ठरवत. याचा अर्थ आहे की आपण प्राथमिकतेच्या पातळीवर आपल्या इंद्रियासोबत आपले सर्व अनुभवातून जाऊ शकता. यात निवडलेल्या व्यक्तीशिवाय इतर व्यक्तीसोबत केलेली चर्चा सहभागी आहे. कारण की ही एकमेव पद्धत आहे ज्यामुळे तुम्ही त्याची सवय करू शकता.

ही पहिली बाधा दूर करण्यासाठी आपल्याला सचेत स्वरूपात आपण निवडलेल्या व्यक्तीच्या सवयीबद्दल स्वतःला विचारावे लागेल. तो देहबोलीचा उपयोग कसा करतो ? सूक्ष्म गोष्टी लक्षात ठेवा. त्याच्या दोन्ही पायात किती अंतर असते ? दिसायला शांत वाटतो ? काय तो हळूहळू किंवा गतीने श्वास घेत आहे ? परंतु ही केवळ पहिली बाधा आहे. यानंतर तुम्हाला सचेत स्वरूपात असे करणे बंद करावे लागेल. तुम्हाला तुमच्या इंद्रियांना असे प्रशिक्षित करावे लागेल की स्वतःशी न बोलताही असे करू शकाल.

तुम्ही जर असे करीत असाल तर इंद्रिय वास्तवात उत्तम करू शकतील. आमचा सल्ला आहे की सचेत होऊन इंद्रियांना सांगा की प्रथम काय करायचे आहे म्हणजे सर्वप्रथम आपण आपल्या इंद्रियाचे ऐकण्यात सक्षम होऊ. त्यांनतर जोपर्यंत तुम्हाला तुमच्या भावना ऐकण्याची सवय लागत नाही, तोपर्यंत तुम्हाला त्यांच्या मार्गात येणे बंद करावे लागेल. आपल्या इंद्रियाकडून मिळत असलेल्या महितीबद्दल अधिक विचार करणे बंद करा. केवळ मिळणारी माहिती ग्रहण करा. एका कांदबरीत डार्क साइकॉलॉजी, माइंडकंट्रोल आणि कोअर्शन सारख्या गोष्टी विचित्र वाटू शकतात, परंतु आपल्याला पर्सेप्चुअल शार्पनेसच्या सर्वोच्च पातळीवर पोहचण्यासाठी आपल्या विचार प्रक्रियेला बंद करावे लागेल. खात्री करून घ्या की यात इंद्रिय फारसे प्रयत्न करणार नाही. तुम्हाला त्यांची गरज नाही. तुम्ही सहभागी झाला नाहीत तरी इंद्रिये स्वतः त्यांचं काम करतात. ती जी माहिती तुम्हाला मिळते, तिला निष्क्रिय स्वरूपात स्वीकारा आणि हे इथेच थांबवा. जसे ही तुम्ही पर्सेप्चुअल शार्पनेसच्या या पातळीला पोहचता, त्यावेळी दोन्ही कामं सोपी होतात. तुम्ही निवडलेल्या व्यक्तीच्या मनात प्रवेश करण्यासाठी तयार असाल आणि स्टेट रेग्युलेशन व पर्सेप्चुअल शार्पनेससोबत एकत्र काम कराल. तुम्हाला जर डार्क साइकॉलॉजीच्या संदर्भात अधिक माहिती करून घ्यायचे असले तर वाचणे चालू ठेवा.

प्रकरण ३

डार्क साइकॉलॉजीचा सार

मानसशास्त्राने अलिकडच्या काळात सामान्य मानसिक धारणेसोबतच व्यक्तीला भावनात्मक पद्धतीने उत्तम बनवण्याचा प्रयत्न केला आहे. सकारात्मक मानसशास्त्राचे' उदाहरण आहे. मात्र, याला मिसप्लेस्ट पॉप मानसशास्त्र म्हटल्यास चुकीचे ठरू नये. काय आपले जीवन इतक सोपे आहे की एखादे पुस्तक वाचून आणि काही मूलभूत सिद्धांताचे पालन करून आपल्या जीवनात सगळं काही ठीक होऊ शकतं ?

आता आपण मेंदूच्या त्या भागावर चर्चा करणार आहोत, जे समजतात की व्यक्ती नियमितपणे असे काम करतात, जे विनाशकारी, क्रूर आणि घाणेरडे असते. असे आपल्यासोबत वेळोवेळी होते. हा भाग आपल्या जीवनाच्या वाईट भागात धुंदी, आनंद आणि सुख निर्माण करतो. तर मग आपली डार्क साइड आणि समाजादरम्यान कसा ताळमेळ साधायला हवा ? मी समाजात असलेल्या त्या लोकांचा उल्लेख वेडे असा करील, जे समाजाचे नियम पाळत नाहीत.

डार्क साइकॉलॉजी एक मानसिक रचनेचा अभ्यास आहे. हे सर्व मनुष्याच्या आत अपराधी तसेच कुटील व्यवहार आणि लोकं करीत असलेले चुकीचे काम याबद्दल सांगते. डार्क साइकॉलॉजी व्यक्तीच्या आवस्थेचा अभ्यास करते, कारण हे अपराधी किंवा असामान्य आवेगाद्वारा संचलित व्यक्तीच्या मानसिक सार या संबंधीत आहे. म्हणजे तो व्यक्ती यात इतर व्यक्तींना मेनिपुलेट करण्यासाठी इच्छा आणि सहज प्रवृत्तीच्या सामान्य धारणा आणि सामाजिक विज्ञानाच्या सिद्धांताची कमतरता असते. सर्व व्यक्तीमध्ये इतर व्यक्ती आणि जिवंत प्राण्यांची शिकार करण्याची क्षमता असते. अनेकजण आपल्या इच्छेवर नियंत्रण

ठेवतात, परंतु काहीजण या इच्छेवर नियंत्रण नाही मिळवू शकत. डार्क साइकॉलॉजी काही अशी भावना, विश्वास आणि व्यक्तीपरत्वे पुनरावृत्ती तंत्राची व्याख्या करण्याचा प्रयत्न करते. जे मानवी व्यवहाराच्या समकालीन समाजासाठी एक हिंसक कृतीमध्ये योगदान देते. डार्क साइकॉलॉजीनुसार ९९ टक्के गुन्हेगारी, मार्गभ्रष्टता आणि हिंसक कार्य मुद्दाम केले जाते आणि त्याचे कारण तार्किक किंवा लक्ष्य-प्रधान असतं. डार्क साइकॉलॉजीनुसार व्यक्तीच्या मनात एक असे क्षेत्र असते जे काही लोकांना उद्देश नसताना हिंसक कार्य करायला प्रोत्साहीत करतं. या पुस्तकात डार्क सिंगुलॅरिटीचा (Dark-Singularity) समावेश केला आहे.

त्यानंतर आपण पाहू की मानसिक विचार आणि आचरणाची 'डार्क साइड'ला कसे व्यक्त केल्या जाऊ शकते. आपल्याला सामान्य आणि असामान्यात फरक करण्यासाठी एक निकषाची गरज असते. आपला पहिला निकष आहे सामाजिक, म्हणजे प्रत्येक समाजात एक निकष असतो दैनदिन कार्य, ज्यात परिस्थितीचा संग्रह असतो. ज्याचे आपण नेहमी पालन करतो. उदाहरणार्थ, पाश्चात्य संस्कृतीमध्ये कोण्या एखाद्या व्यक्तीला हिंसक पद्धतीने मारले जाणे याला एक गुन्हेगारी कृत्य समजले जाते. असे करणे म्हणजे सामाजिक शांतता भंग करण्यासारखे आहे. असे असले तरी, असे करण्याची समाजाचीच परवनगी असेल तर असे नाही समजले जात, जसे की युद्धादरम्यान एक सैनिक, एका हिंसक संदिग्धच्या अटकेसाठी एक पोलिस, एक नागरीक जो एखाद्या व्यक्तीकडून आपल्या कुटूंबाचे रक्षण करतो. या दोन्ही निकषाला अनेक प्रकारे चुकीचे ठरवले जाऊ शकते. तो सैनिक जो नरसंहारासारखे गुन्हे करतो, तो पोलिस जो कोणत्याही साक्षीदाराची चौकशी करताना त्याच्याकडून कबूल करून घेण्यासाठी त्याला शिवीगाळ करतो, किंवा तो व्यक्ती जो त्याच्या फायद्यासाठी इतर कोणाच्याही अधिकाराला पायदळी तुडवतो आहे.

काय दुसरा मार्ग नैतिक आहे ? आपण कसे ठरवू शकतो की समाजासाठी काय चांगले आहे आणि काय वाईट आहे ? कोण असे ठरवू शकतं काय कायदा नैतिक विश्वासाचे

पालन करतो किंवा कमजोर आणि गरीबाच्या विरोधात मजबूत आणि श्रीमंताचे कवच बनतो ? अनेकजण असे मानतात की एखाद्याची हत्या करणे नैतिक मूल्यांच्या विरोधात आहे. अशा संस्कृतीद्वारा हत्या करणे स्वभाविक स्वरूपात अनैतिक ठरते. आरोपीला यासाठी एक शिक्षा कायद्याने ठरवून दिली आहे. हे अशा एका संस्कृतद्वारा केले जाते, जे आपल्या राज्यकर्त्यांकडून जनतेवर लादण्यात आलेले नैतिक-कायदे मान्य असतात. बौद्ध धम्मापासून मुस्लिमांच्या कुराणापर्यंत अनेकांच्या स्वतंत्र अशा नैतिक सहिंता आहेत. जसे की ख्रिश्चन धार्माचे दहा आदेश आदी. कायद्याला आणि नियमाला प्रत्येक सभ्य राष्ट्राचा आधार समजला जातो आणि ईश्वरी वरदान आणि शिक्षा यावर विश्वास ठेवला जातो. इतके नियम असतानाही लोकं ही नैतिक कायदे आणि धार्मिक नियम या पासून भरकटतात, जरी ते आपल्या सर्वांना सुरक्षित समुदायात रहाण्याची परवानगी देत असले तरी. सहमत व्यवहार निकषाद्वारे संचलित होतात आणि लोकांना धोका, नुकसान आणि दुर्व्यवहारापासून वाचवतात.

आचरणाचे तिसरे क्षेत्र कायदा किंवा धार्मिक धारणेत नाही तर आचरणाच्या काही नियमित साच्यात ठरलेला आहे. याला '**शिष्टाचार**' किंवा '**विनम्रता**' या नावाने उल्लेखित केल्या जाते. तो व्यक्ती जो आचरण किंवा व्यवहाराची पद्धत जाणतो, त्याला समाजातल ा महान व्यक्ती समजले जाते. याला सभ्येतचं एक प्रगतशील चिन्ह समजले जातं. जो की टेबलावर बसण्याचे शिष्टाचार किंवा एखाद्या पुरूषाने एका महिलेसाठी दरवाजा उघडणे हे देखील याचे उदाहरण आहे. जे दर्शवतं की पुरूष महिलाचा बचाव आणि सुरक्षा या जबाबदाऱ्या स्वीकारतो. आज, महिलांसाठी काम करणाऱ्या संघटना काही समाजात महिलांबाबत करीत असलेल्या भेदभावाच्या विरोधात आहेत. त्यांच्या मते त्यांनी एका महिलाच्या स्वातंत्र्याला नाकारले आहे. तरी पण, शिष्टाचाराला नम्रता आणि समाजापेक्षा मोठे असल्याचे प्रतिक समजले जाते. मग तो स्टॅंर्ड इंग्लिश असो किंवा जपानी चहापानाचा कार्यक्रम.

परंतु संस्कृती वेगवेगळं ठरवते. काय चांगले आहे आणि काय बरोबर आहे. तरीपण मनुष्य विभिन्न प्रकारचे दुष्कृत्यशील व्यवहार करतो. याचा इतरांवर वाईट परिणाम होतो आणि इतका परिणाम होतो की त्यासाठी असणारे कायदे, नैतिक संहिता आणि उर्वरीत समाजाच्या शिष्टाचाराच्या पलिकडील असतं. कधी कधी पश्चातापाच्या भावनेच्या माध्यमातून आपल्या सर्वांना जाणीव होते की आपण त्या कायद्याचा भंग केला आहे जो समाजव्यवस्थेसाठी महत्त्वपूर्ण समजला जातो.

मात्र, काही असे व्यक्ती पण असतात जे हिंसा, नुकसान आणि मृत्यूचा सामना करूनही फक्त आपल्या अधिकारासाठी लढतात. ते त्या नियमांची पर्वा करीत नाहीत, तर त्यांना जे योग्य वाटतं ते करतात.

डार्क साइड

कुत्र्याला लाथ मारणाऱ्या व्यक्तीच्या मनात काय होतं, जेव्हा तो असं करण्याबद्दल त्याला वाईट वाटतं जे त्याच्या जीवनात घडतं. ज्यावेळी कुत्रा वेदना आणि भीतीने ओरडतो, त्यावेळी त्याला कसं वाटतं ? तो का हसत आहे आणि त्याला कुत्र्याला असा त्रास का देतो ? असं एखाद्या प्राण्याला त्रास होताना पाहून आनंद होत आहे ? पहाणारांना याचा राग आला आहे. त्या कुत्र्याबद्दल दया वाटू लागली आहे पण त्याला मात्र कसलाच पश्चाताप वाटत नाही. हा व्यक्ती कोण आहे ? का प्रत्येकवेळी आपल्याला कोणीतरी असा व्यक्ती भेटतो ? ज्यावेळी आपल्याला वाटतं की आपल्या बाबतीत काही ठीक नाही होऊ लागलं किंवा कसली संधी नाही मिळू लागली, तर आपल्या सगळयांना मानसिक शांतता आणि समजदारी याचा ताळमेळ ठेवणे कठीण जाते. दुसरीकडे थांबा तो व्यक्ती श्रीमंत आहे, त्याच्या सर्व गरजा पूर्ण झाल्या आहेत, तरीपण कुत्र्याला लाथ मारण्यात आणि त्रास देण्यात त्याला आनंद मिळतो. स्वतःला इतर लोकांपेक्षा महान असल्याचे समजतो आणि त्यातच समाधान मानतो. जे त्या गोष्टी प्राप्त करण्यास असमर्थ आहेत ज्या त्यांना हव्या आहेत आणि शेवटी त्याचे नोकर बनतात. या विलक्षण परिस्थितीजन्य विचारावरून दुसऱ्या बद्दल सहानुभूती गमावून बसतात, आणि ते केवळ त्या लोकांना भेटतात जे त्यांच्यासारखेच मोठ्या पदावर आहेत.

वरील उदाहरण अशा आचरणाची एक अंतदृष्टी प्रदान करते, जे आपल्या तीन सामाजिक निकषांना भंग करतात. नैतिक कायदे, (एका प्राण्याला त्रास देणे), सामाजिकदृष्ट्या स्वीकार्य व्यवहार (मूर्खतापूर्ण व्यवहाराला चुकीचे कार्य समजले जाते), सामाजिकदृष्ट्या स्वीकार्य व्यवहार (ज्यावेळी प्रत्येक जण स्वतःवरील ताबा गमावतो आणि कुत्र्याला लाथ मारतो, अनेक गुन्हे आणि पश्चातापाची वेदना समजून घेतील) इथे मात्र, आपण अशा व्यक्तींना भेटतो ज्यांना कसली लाज नाही, कसला पश्चाताप नाही, आणि ते असे कायदे पाळत नाहीत, ज्यांना ते मान्य नाहीत. अधिक करून इंग्लंडमध्ये धंदेवाईक, श्रीमंत पुरूष आणि महिला लांडग्याची शिकार करण्याचा एक क्रूर खेळ खेळत असत. त्यांनी आपल्या आनंदासाठी एक निष्पाप प्राण्याची शिकार करणे आणि त्रास

देण्याच्या अधिकाराची मागणी केली. त्यांच्याकडील कुत्र्याला एखाद्या लांडग्याने लचके तोडताना पहाण्यात आनंद मानत होते. अशाप्रकारच्या कायद्याची मागणी करण्यात अनेक वर्षे गेले, परंतु इंग्रजांनी बहुमताने या विरोधात अनेकदा मतदान केले. लांडग्याची शिकार आता तिथे बेकायदेशीर आहे. परंतु त्या लोकाकडून या कायद्याचा आजही भंग होत आहे. ते स्थानीक उपनियमानुसार शिकार करतात, जे राष्ट्रीय कायद्याचे पालन करून घेण्यास अपयशी ठरले आहेत. या लोकांना माहित आहे की ते जे करीत आहेत ते अवैध, अनैतिक आणि सामाजिक निकषांच्या विरोधात आहे. बहुमताने असे ठरविण्यात आले आहे. तरी पण ते प्रतिष्ठित असल्याचा दावा करतात आणि स्वतःला सामान्य लोकांपेक्षा सर्वश्रेष्ठ समजतात. इंग्लंडमध्ये रोमाचंक गोष्ट अशी आहे की व्यक्ती संसदेचे सदस्य, पोलिस, न्यायाधीस आणि इंग्रजी संस्कृतीचे पालन करणारे लोक आहेत, जसे की कधी कुलीन जमीनदार असायचे. (गरीबांना लुबाडून भूतकाळात मोठ्या थाटाने देण्यात आलेल्या जमिनी)

दुसऱ्या शब्दात ते लोक ज्यांना समाजासाठी एक उदाहरण सादर केले पाहिजे, सामाजिक स्वरूपात स्वीकार्य नियम आणि वागण्यातून त्याची वाट लावली जाते.

दुसऱ्या प्रकरणात, आपण एक संशयीताकडे पाहू. कारण की ते खराब पार्श्वभूमि, गरीबी आणि कमी शिक्षण असलेल्या कुटूंबातून आलेले असतात. म्हणून या गुन्हेगांराना समाज स्वीकारत नाही. आपल्या संस्कृतीसाठी कॉर्पोरेट गुन्हेगार जसे की पेंशन फंड घोटाळा, नफेखोरी आणि शेअर्स आणि सीईओ तसेच सरकारी अधिऱ्यांद्वारा संपत्ती आणि संसाधनाची चोरी जनतेसाठी सर्वांत माठे नुकसान ठरतं. कधी कधी या दिवसाढवळया झालेल्या चोरीचा शोध देखील लागत नाही आणि यांना कायद्याच्या कचाट्यात पकडणे कठीण असते.

म्हणून बरेच कायदे जे समजण्यास कठीण असतात, दिसणाऱ्या गुन्ह्याची चर्चा करू. दिसणाऱ्या गुन्ह्याची शिक्षा देखील थेट असते आणि आपले न्यायालय आणि मीडिया राज दाखवतात. एकिकडे दिवसाढवळया गुन्हे करणारा गुन्हेगार ज्याचा गुन्हा दिसत नाही, दुसरीकडे तो हत्यारा जो अशा लोकांना मारतो किंवा अपंग करतो, जो चोरी करण्यास विरोध करतो आणि एका सशस्त्र दरोडेखारी होत असताना आरडाओरड करतो, आपण या दोन गुन्ह्यामध्ये कसा फरक करू शकतो ?

मानसशास्त्र या लोकांबद्दल काय सांगत आहे ? जे ते करतात त्याला वाईट समजत

नाहीत आणि त्यांना वाटतं की इतरांचा त्यांच्या जीवनात कसलेही नियंत्रण नाही कारण ते कमजोर आहेत. म्हणून ते अशा लोकांकडून छळ होण्याच्या लायक आहेत, जे सावध आहेत, मजबूत किंवा शक्तीशाली आहेत ? मीडिया नेहमी बिकामाच्या लोकांवर टीका करते जे आहे त्या वास्तवाला स्वीकारतात आणि आपल्या किंवा आपल्या कुटूंबावर झालेल्या अन्यायाचा बदला घेण्यासाठी कायद्याला हातात घेणारे स्थानीक व्यक्तीची तसे करण्याबद्दल निंदा देखील करतात. मानसशास्त्रानुसार इतरांच्या या डार्क बिहेवियर मागचे कारण 'विकासात्मक' आहे. म्हणजे या व्यवहाराचे कारण पालन-पोषण आहे. कुत्र्यांना लाथ मारणाऱ्यासोबत बालपणी चांगला व्यवहार झाला नव्हता किंवा त्यांचे पाल न-पोषण ठीक झाले नव्हते. त्याला त्याच्या सुरूवातीच्या काळात हिंसा, लैंगिक शोषण किंवा सामाजिक शिक्षणाची कमतरता या मधून जावे लागले होते.

प्रश्न असा आहे की पीडितापैकी अनेकजण का कायद्याचे पालन करणारे नागरीक बनतात आणि केवळ काहीजण असे असतात जे विकासात्मक कमतरतेमुळे, हिंसा, हत्या करणारे राक्षस बनतात ? अनेक मानसोपचार तज्ज्ञांनी याला अनुवंशीक कारण म्हणून सांगितले आहे. काही काळापुर्वी या विषयावर बरीच चर्चा झाली होती. याचा हा पुरावा आहे की हिंसक गुन्हेगारात नेहमीच एक अतिरिक्त वाई क्रोमोझेम (पुरूष) असतो, ज्यामुळे टेस्टोस्टेरोन अधिक प्रमाणात असते, निराशाजनक परिस्थिती उत्पन्न झाल्यावर ते हिंसक बनतात. ते दहशत आणि भीतीचा वापर करतात म्हणजे त्यांना जे पाहिजे ते त्यांना प्राप्त करता येईल. मात्र, हिंसक गुन्ह्याच्या प्रमाणात यांचे संख्यात्मक प्रमाण फार कमी आहे, मग ते सामान्य जेलच्या संख्येच्या तुलनेत अधिक वाटत असले तरी. आतापर्यंत, सर्व अनुवांशिक शोधाने अुनवांशिक घटकांच्या बाबतीत काहीतरीच सांगितले आहे. परंतु या असे म्हणण्याला काही ठोस पुरावे नाहीत. सर्वांत अधिक जुळे यांचा अभ्यास (twin-studies) आहे, ज्यात जन्माच्यावेळी वेगळे झालेल्या मुलांचा समान व्यवहार आणि परिणामाची उच्च घटना असते.

जन्मलेली जुळी मुले आणि ज्यांच्यावर अभ्यास केला ती मुले यांचे प्रमाण पहाता अुनवांशिक नियतत्त्ववाद(Genetic determinism) साठी पुरेसे नाही. मात्र, हे समान विकासात्मक वातावरणासाठी (Identical Developmental environment) पुरेसे आहे. योग्य वातावरणात वाढलेली जुळी मुले एकमेकांपासून विभक्त झाली, तर हे आश्चर्य ठरेल. जर आपण विकासात्मक परिणामातून अनुवांशिक प्रवृत्ती वगळल्या

तर काय जे काही लोकांना सामाजिक स्वरूपाची महान कार्य करण्यास विवश करते आणि काही त्याचे पालन करतात, ज्याची समाजाला गरज असते. ही एक प्रस्तावात्मक स्थिती आहे, जी मानसशास्त्राला नेहमी एक परोपकारी दृष्टीकोणातून किंवा जगाच्या एक नियतात्मक पद्धतीने पहाणे अशक्य करते. हे होऊ शकतं की अनेक परिस्थीत व्यक्तीचे नैसर्गीक व्यवहार क्रूर, फसवी, अपमानजनक आणि गुन्हेगारी व्यवहारासाठी प्रेरित असावे. अशाप्रकारची नैतिकता एक आदर्श समाजाचा विशेषाधिकार आहे, ज्यात प्रत्येकजण जाती आणि वर्ग दोन्हीत आर्थिकदृष्ट्या समान आहे.

जीवनवादाचे मानसशास्त्र (The psychology of the Survivalist)

खास करून संयुक्त राज्य अमेरिकेत काही लोकांना वाटते की संस्कतीचा अंत खरोखरच होणार आहे. मग तो अणू बॉम्बने असो (आज जैव-युद्ध होण्याची अधिक शक्यता आहे) किंवा भांडवलशाहीचा अंत असो, या व्यक्तींना अस्तित्त्ववादी देखील म्हटल्या जाते. हे देशभर फिरणाऱ्या अनियंत्रित गर्दीच्या विरोधात बंदूका गोळा करतात आणि नागरी धोका उत्पन्न होण्याच्या आवस्थेत आर्थिक मंदीतून उत्पन्न होणारी उणीवेच्या शक्यतेसाठी भोजनाची सोय करतात. जीवनवाद्यांचे मत आहे की सामाजिक पतन आणि सुरक्षा नियमांची कमी असल्याने त्यांनी आपल्या आणि आपल्या कुटूंबाची सुरक्षा करण्याचा मूलभूत अधिकार आहे. हे समूह कधी एफ. बी. आई सारख्या संघीय एजन्सीद्वारा कार्यान्वित वर्तमान कायदेशीर नियमानुसार विवादात सापडतात. मात्र, समाजासोबतच्या संघर्षात, अस्तित्त्वाच्या प्रवृत्तीला भविष्यकालीन संकटापासून स्वतःला बचावासाठी एक प्रमाणिक प्रयत्नाच्या स्वरूपात पाहिल्या जाते.

जसे की विमा कंपन्या केवळ धारणेवर चालते. २००८/९ मध्ये जगभरातील अनेक बँकेचे पतन झाले होते. भांडवलाच्या आर्थिक पतनाने सर्वांत सर्वप्रथम त्याचेच पतन होईल. आज बॉक्स ऑफिसवर असे चित्रपट आहेत जे संकटावर आधारीत आहेत. जिथे भूकंप, जैव-युद्ध, परदेशी आक्रमण आणि संकटामुळे संस्कृतीचे पतन होते. या चित्रपटाचे नायक बहुतेक श्रीमंत असतात, जे आपल्या कुटूंबाना वाचविण्यासाठी हिंसेचा आधार घेतात. मजेशीर गोष्टी अशी की चित्रपटात जनता या लोकांना हिरो समजातात आणि वास्तवात जगात असलेल्या अस्तित्त्ववाद्यांना आहे त्या परिस्थितीत सर्वाजनिक शत्रू म्हणून पाहिले जाते. या चित्रपटाची लोकप्रियता पहाता सामान्य लोकांना वाटतं की समाजाचे पतन होऊ शकतं किंवा लवकरच होणार आहे. म्हणून ते या चित्रपटाला एक नव्या

भविष्याची आशा म्हणून पहातात, जे वर्तमान जगाच्या पतनानेच शक्य आहे.

उत्क्रांतीनुसार (Evolution) मानसशास्त्र

प्राचीन काळात मनुष्य प्राणी शिकारीच्या शोधात असे. नंतर त्याला ते भाजून खाण्यासाठी अग्नीची गरज असे. असे करूनच ते जिवंत राहिले होते. काळ लोटल्यानंतर या लोकांनी एका कृषी संस्कृतीला जन्म दिला, गावं वसविली. नियम, कायदे, प्रतिनिधी आणि नैतिक संहिताच निर्माण केली. त्यांनी समाजव्यवस्था, कला, संगीत आणि धर्माची निर्मिती केली कारण त्यांनी निर्माण केलेल्या नियमाचे पालन करून त्यांचा विकास करीत होती. जमीन हीच त्यांची सुरूवातीची संपत्ती होती. विकासात माल आणि चल-संपत्ती बाळगणे गरजेचे झाले. काळ जसा बदलत गेला, वस्ती, गावं आणि शहरं असे होत गेले. हळूहळू देश आणि त्यांच्या सीमा निर्माण होतात. अस्तित्त्वासाठी लढणे आता समूदायाचे किंवा व्यक्तीचे काम नव्हते. आता ही मनुष्याची स्वभाविक वृत्ती नाही आहे, जी सुरूवातीला होती. मात्र, यापैकी अनेक मानवी समूह काही कारणाने नष्ट झालेली असतात, जसे की माया आणि दक्षिण अमेरिकेची संस्कृती. अनेकांना आपली संस्कृती टिकून रहाण्यासाठी संघर्ष करावा लागला. कारण त्यांनी गरीबावर गुलामगिरी लादली आणि धर्माचा आधार घेत राज्य केले. मात्र, इतिहास आपल्याला सांगतो की नष्ट झालेल्या सर्व संस्कृत्यामध्ये एक समान सूत्र होते, ते म्हणजे त्यांनी त्यांच्या पतनाची भविष्यवाणी केली नव्हती. एक यूरोपियन आणि अमेरिकन आजच्या काळात ई. ई. सी किंवा यू. एस. ए. च्या पतनाची कल्पना नाही करू शकत, परंतु या नव्या आधुनिक साम्राज्याचं स्वतःच एक दुखणं आहे भांडवलवाद. मात्र, कार्ल मार्क्सने भांडवलवादाचे दोष आणि त्याच्या शेवटाचा शेवट पाहिला होता, ते हे नव्हते पाहू शकले की कसे भांडवलवादी जगाला इतक्या टोकाचे प्रभावीत करील की २१ शतकात तेल आणि गॅससाठी लोक लढण्यास तयार होतील. तरीपण, मार्क्सला कदाचित २००९ पृथ्वीवरील राष्ट्रात लालच आणि कर्जावर आधारीत आर्थिक व्यवस्थेच्या पतनाचे हसू येईल. चुकीचे व्यवस्थापन हेच अनेकदा अपयशाचे कारण बनत असते, परंतु वास्तवात, याचे कारण आर्थिक व्यस्थेवर सामान्य लोकांचा विश्वास नव्हता. यामुळे अधिक व्याज दराने कर्ज घेणे, गुंतवणूकीतून कमी उत्पन्न मिळणे आणि कर्ज परत करण्यास असमर्थ ठरले होते. ज्यावेळी माणसं घाबरतात त्यावेळी अस्तित्त्ववादावर थांबतात. मग सर्वप्रथम स्वतःचा विचार करतात. यावरून असे दिसते

की मनुष्यासाठी सामाजिक नियम, निकष आणि नैतिकता या गोष्टी सामान्य नाहीत. तर समाज बहुदा कार्य या आधारावर लागू करतो की शक्तीशाली शक्तीहिनाकडून काय अपेक्षा करतो. आपला आदर्श अस्तित्त्वादी मानसिकता आहे आणि समाज ल हानपणापासूनच प्रत्येक व्यक्तीला तयार करतो. म्हणजे त्यांना सत्ताधारी, खास करून श्रीमंताचे कायदे, नियम आणि नैतिकतेचे पालन करण्यासाठी सोपे जावे, ज्याचे आपल्या सरकारांना आणि संस्थांना पालन करावे लागते.

तर प्रश्न असा आहे की आपण अशा लोकांवर टीका करायला हवी ज्यांना समाजाने चांगली वागणूक दिली नाही ? जे हिसकावून घेतात, जे या शत्रुत्त्वपूर्ण जगात जिवंत रहाण्यासाठी गरजेचं आहे आणि ज्यांचा अधिकार आपले शिक्षण, कुटूंब किंवा संपत्तीवर अवलंबून आहे ? काय मानसशास्त्राच्या बाहेर हे मान्य करावे लागेल की वर्तमान समाज आणि कायदे मानवी व्यवहाराच्या उलट आहेत ? लोक समाजाचा द्वेष करतात. शोषकांच्या मध्ये जीवन जगताना त्यांना लाचार असल्यासारखे वाटते. कारण ते त्या लोकांच्या विरोधात शक्तीहीन आहेत जे कायदे निर्माण करतात आणि नैतिकतेला नियंत्रणात ठेवण्याचा प्रयत्न करतात. ज्यावेळी एखादा व्यक्ती एकटा या समाजाच्या समस्यापासून दूर, पहिल्यापेक्षा कितीतरी स्वतंत्र आणि स्वयं-नियंत्रित जीवन जगण्याचा प्रयत्न करतो, तर त्यात काही आश्चर्य नसते.

असा समाज अनिवार्यपणे नष्ट होईल आणि नवा समाज त्याची जागा घेईल, जसे की आपण सर्वांनी पाहिले आहे की श्रीमंत पुन्हा राज्य करू लागतात. आपण पाहिले आहे की चीनवर डिपोचे राज्य होते, मग नंतर मागच्या शतकात श्रीमंत आणि शक्तीशाली सैनिकांनी हुकूमशाही गाजवली, पुन्हा १९५० च्या दशकात कम्युनिष्ट सरकार आले, एका आदर्श समाजाची निर्मिती करण्यासाठी मार्क्सवादाचा स्वीकार करण्यात आला. शेवटी आजचा चीन एक भांडवलवादी-समाजवादी राज्य आहे आणि एक पक्षीय राज्यकारभार तिथे चालतो. तो अशा शक्तीहीन लोकांच्या जीवनाला घडवत आहे, जे वास्तवात सर्वांना आदर्श असे जीवन देण्यासाठी लढले होते. काय चीनमध्ये आणखी एक क्रांती होईल ? चीनच्या अनेक भागात केंद्रित शासनाचे पालन करण्यासाठी विवश अल्पसंख्यकांची धडपड पहाता हे शक्य वाटते. सर्व साम्राज्य आपल्या स्वतःचा मृत्यू नाही पाहू शकणार.

तर विषय असा आहे, मानसशास्त्र मानवी क्रियांची या समस्यांचे उत्तर कसे देऊ

शकतो की जिवंत रहाण्यासाठी एक मूलभूत तंत्राच्या रूपात मनुष्य स्वभाविक स्वरूपात आक्रमक क्रूर आणि त्या लोकांपेक्षा श्रेष्ठ आहे. जो स्वतःपेक्षा कमजोर आहे ? मानसिक अस्पताल (Mental hospital) मानसशास्त्राचा उपयोग सामाजिक नियंत्रणासाठी देखील केला जातो. जर आपण समाज आणि त्याच्या कायद्याचे पालन करीत नाहीत, तर तुम्ही पागल आहात-मग दुसऱ्याची सुरक्षा आणि कल्याणासाठी तुमच्यावर नियंत्रण ठेवायला हवे. दुसरीकडे, मानसशास्त्राचे मानसिक कल्याणासाठी मुक्त घटक म्हणून पाहिल्या जाते-जिथे आपण त्या लोकांचे समर्थन करतो आहोत, जे समाजात आपली जागा शोधत आहेत आणि समूहाच्या सामान्य व्यवहारात फिट बसतात. त्या लोकांसाठी उत्तर कुठे आहे ? ज्यांना श्रीमंताच्या हस्तक्षेपाशिवाय त्यांचं जीवन जगू इच्छितात. ते त्या जगाच्या विरोधात विद्रोह करतात आणि दुसऱ्या प्रकारचं जीवन जगण्याचं स्वप्न पहातात किंवा ते त्यांनी अशा त्रासदीची प्रतिक्षा करावी जेव्हा सर्व मनुष्य डॉग-ईट-डॉग जीवन, ज्याला जिवंत रहाण्यासाठी धडपडणे म्हणतात, त्याचा सामना करतील. जो जिवंत रहाण्यासाठी एक वास्तवीक सामाजिक निकष आहे.

डार्क साइकॉलॉजीचा आज कसा उपयोग केल्या जाऊ शकतो ?

सामान्यपणे विक्री किंवा विपणन पद्धती एक प्रशिक्षण कार्यक्रम आहे, जो गंभीर, अनैतिक मानसिक आणि अनुनय तंत्र शिकवतं. यापैकी अनेक कार्यक्रम स्वयं किंवा आपल्या निगमच्या सेवेच्या एकमेव उद्देशासाठी एक ब्रांड बनविणे किंवा उत्पादन विकण्यासाठी गुप्त धोरणाचा एकमेव उपयोग करतात. यांचा उपभोक्ता आणि त्यांची सेवा याचे काही देणे घेणे नसते. यापैकी अनेक प्रशिक्षण कार्यक्रमानुसार त्या धोरणाचा उपयोग करणे ठीक आहे कारण की हे खरेदीदारांच्या फायद्यासाठी आहे. आणि निश्चतपणे, ज्यावेळी ते एखादे उत्पादन किंवा सेवा खरेदी करतील, तर त्यांचे जीवन जीवन सोपे होईल. डार्क साइकॉलॉजी आणि मेनिपुलेशनच्या तंत्राचा उपयोग कोण करीत आहे ? इथे त्या लोकांची यादी देण्यात आली आहे जे या तंत्राचा सर्वाधिक उपयोग करतात.

* आत्ममुग्ध-आत्ममुग्ध लोकांत आत्म मूल्यांची एक अतिरंजित भावना असते (मानसिक उपचार घेणारे) स्वतःला श्रेष्ठ सिद्ध करण्यासाठी इतरांची गरज असते. त्यांना वाटते की त्यांना आग्रह आणि विनंती केली जावी. ते स्वतःला वाचविण्यासाठी डार्क साइकॉलॉजी, कोअर्शन आणि अनैतिक पर्सुएशन तंत्राचा उपयोग करतात.

* मनोरूग्ण-मनोरूग्ण आकर्षक, बोलके, चपळ (मानसिक उपचार घेतलेले) असतात. ते नकली नाते निर्माण करण्यासाठी डार्क साइकॉलॉजीचा उपयोग करतात आणि मग भावनीक आणि अपराधी वाटण्याची क्षमता नसल्याने लोकांचा फायदा घेतात.

* वकील-काही वकील आपल्या केसेस जिंकण्यासाठी इतक्या सावधपणे केसवर लक्ष केंद्रित करतात की वेळाप्रसंगी पाहिजे तो परिणाम प्राप्त करण्यासाठी मेनिपुलेशनच्या गुप्त तंत्राचा देखील आधार घेतात.

* राजकारणी-काही राजकारणी मते मिळविण्यासाठी आणि ते बरोबर आहेत असा विश्वास निर्माण करण्यासाठी, गुप्त मानसिक उपायांचा उपयोग करतात.

ङ सेल्समन-काही विक्रेत्यांना नफा कमवायचा असतो, त्यासाठी ते आपला खप व्हावा म्हणून काही गुप्त कारस्थान करतात.

* नेता-काही नेते विरोधी पक्षावर मात करण्यासाठी अधिक प्रयत्न किंवा अधिक काळजी घेण्यासाठी गुप्त धोरणांचा उपयोग करतात.

ङ सार्वजनिक वक्ता- काही वक्ते प्रेक्षकांच्या भावनांची स्थिती वाढवण्यासाठी सखोल अशा धोरणांचा उपयोग करतात.

* स्वार्थी लोक-हा कोणी असा व्यक्ती असू शकतो, जो दुसऱ्याच्या विरूद्ध एक एजेंडा ठेवतो. तो आपला खर्च कोणाकडून तरी वसूल करण्यासाठी देखील या कार्यपद्धतीचा आधार घेतात. कोणाचा पराभव झाला आणि कोण जिंकलं याचं त्यांना काहीही देणं-घेणं नसतं.

होय मला माहित आहे. कदाचित तुमच्या नेमक्या समस्येवर बोट ठेवले आहे. मी पण एक वक्ता आहे आणि एक व्यक्ती म्हणून या श्रेणीमध्ये येतो जो सेवा विकण्यात रस घेतो. हेच कारण आहे की मला स्वतःला आठवण करून द्यायला हवी की चरित्रासोबत काम करणे, रचना करणे, बोलणे आणि विकण्यासाठी तडजोड आणि दहशत वाटेल अशा पद्धतीला विरोध करण्याची गरज आहे.

डार्क मोटिवेशन आणि पर्सुएशन तंत्र आणि नैतिक तंत्रातला फरक समजण्यासाठी आपला उद्देश निश्चित करणे गरजेचे आहे. आपण स्वतःला विचारले पाहिजे की काय आपण जी पद्धती स्वीकारली आहे, ती इतरांची मदत करण्यासाठी आहे. जर हे तुमच्या मदतीसाठी असेल, तर यामुळे काही फरक पडत नाही, परंतु जर हे केवळ तुमच्या फायद्याचे असेल, तर तुम्ही सहजपणे चुकीचे आणि अनैतिक गोष्टीत फसवल्या जाऊ

शकता. तुमचा उद्देश दोघांच्या फायद्याचा असला पाहिजे. हे स्पष्ट असायला हवे की यामुळे इतरांचा फायदा होणार आहे. याचे उदाहरण एक विक्रेता आहे ज्याचा दावा असतो की त्याची वस्तू घेतल्याने फायदा होईल आणि विकत घेणारांचे जीवन आरामदायक होईल. याच्यासाठी तो एका ग्राहकाचा शोध घेईल आणि त्याच्या डार्क पद्धतीचा उपयोग करू लागेल. तो शेवटी 'अंतिम उद्देश साध्य करणे आहे' या तत्त्वाचे पालन करील. तो व्यक्ती वस्तू विकण्यासाठी पाहिजे ते करील आणि ते योग्यच आहे असे समजेल.

प्रकरण ४

कोवर्ट इमोशनल सिचवेशन आणि मेनिपुलेशनची मूळ तत्त्वे

कोवर्ट मेनिपुलेशन काय आहे ?

हजारो वर्षांपासून वेगवेगळ्या पद्धतीने अवैध आणि गुप्त शोषण केल्या जात आहे. याशिवाय इंटरनेटच्या शोधानंतर मागील १५ वर्षांपासून न्यूरो-लिंग्वेस्टिक प्रोग्रामिंग आणि पिक-अप आर्टिस्ट तंत्रासारखे नवे मेनिपुलेशन पद्धतीच्या लोकप्रियतेत देखील वाढ झाली आहे. सामान्य व्यक्ती आता पहिल्यापेक्षा कितीतरी अधिक कोवर्ट डिसेप्शनमध्ये सहभागी आहे.

कोवर्ट म्हणजे माहीत होऊ न देता, गुप्त किंवा तशाप्रकारचा प्रकार आहे. मेनिपुलेशन अयोग्य किंवा कपटी पद्धतीने खास करून आपल्या फायद्यासाठी वशीभूत करण्याची क्रिया आहे. मात्र, सर्व कोवर्ट मेनिपुलेशन पद्धती अनिवार्य स्वरूपात हानिकारक नाही आहे, आणि सर्व नुकसान करणे, कोणाला वश करणे किंवा हुशारीने एखाद्याचा पराभव करण्यासाठी या पद्धतींचा उपयोग करीत नाहीत. मात्र, उपयोग करणारांचा हेतू काही का असेना, कोवर्ट मेनिपुलेशन शब्द खाली दिलेल्या पद्धतीसाठी एक योग्य असा शब्दप्रयोग आहे. मग तुमचा हेतू चांगला असो किंवा वाईट, याचा उद्देश आपला गुप्त हेतू जाहीर केल्याशिवाय, दुसऱ्याला आपले म्हणणे मान्य करण्यास तयार करणे किंवा मतप्रमाणे करायला लावणे, असे असते.

कोवर्ट इमोशनल मेनिपुलेशन असे तंत्र आहे ज्यात समोरच्याला न कळू देता, श्रोत्यांच्या अचेतन मनासोबत संपर्क करून त्याच्या मनाला वश केल्या जाते. इथे अंतिम उद्देश असतो व्यक्तीच्या विचाराला प्रभावित करून त्यांचा दृष्टीकोण बदलून टाकणे आणि

त्याच्याकडून आपल्याला पाहिजे तसे करून घेणे.

मेनिपुलेटर या प्रक्रियेत अचेतन पातळीवर लोकांच्या विचारांच्या सवयी, कार्य, भावना आणि जीवनाच्या समजाला बदलून टाकते. कोवर्ट स्टिम्युलेशनसाठी पारंपारीक हिप्नोथेरपी पद्धतीविरूद्ध, डोळे बंद करणे किंवा कोणत्याही प्रकारच्या फिरणाऱ्या पेंडूल मला किंवा हाताला वाकडे तिकडे फिरविण्याची गरज नाही.

प्रोपेगेंडा, न्यूरो-लिंग्वस्टिक प्रोगामिंग(एनएलपी), पिक-अप आर्टिस्ट तंत्र (पीयूए), अस्पष्टता (obfuscation) विध्वंसक प्रतिकवाद (subversive symbolism) आदीचा उपयोग करताना अद्वितीय कोवर्ट शोषण तंत्र सहभागी आहे. पर्सुएशनचे कोवर्ट पद्धती माइंड कंट्रोलचा एक प्रकार आहे, परंतु ब्रेनवाशिंगच्या प्रत्यक्ष स्वरूपाच्या तुलनेत अधिक सूक्ष्म आहे.

व्यवहारात, कोअर्शनच्या गुप्त तंत्रात खालीलपैकी कोणीही सहभागी होऊ शकतं. तुम्ही एकमेकांना पसंत असा किंवा सहमत नसा, त्यासाठी अशाब्दिक संकेताचा उपयोग करणे, अशा प्रकारे संवाद करणे की केवळ पाहिजे ती माहितीच मिळेल, संवादामध्ये इशाऱ्यात गुप्त आदेशांना कूटबद्ध करणे, निवडलेल्या व्यक्तीसोबत विश्वास किंवा कधी कधी नात्याची खोटी भावना निर्माण करण्याचा प्रयत्न करणे, हेतूच्या महत्त्वाच्या संदर्भात धारणा तयार करणे, मानसिक प्रेरणा, इच्छा, गरजा किंवा बुद्धिमत्ता, सर्व प्रासंगिक तथ्य आणि माहिती न देणे किंवा सत्य लपवणे.

ज्याला वश करायचे आहे त्याला देण्यात येणारे आदेश किंवा सल्ला केवळ एक रूपक नसते. ते अप्रत्यक्ष पद्धतीने व्यक्त केले जातात आणि ते काही उदाहरणे देऊन पण स्पष्ट केल्या जाते. कथा कोवर्ट डिसेप्शन तंत्रापैकीच एक आहे ज्याचा प्रभावी पद्धतीने वास्तवीक संदेशाला पोहचविण्यसाठी केल्या जाऊ शकतो आणि यामुळे लक्षात ठेवण्याची शक्यता देखील अधिक असते. मात्र, कोवर्ट मेनिपुलेशनमध्ये प्रारंभिक पायरी असते. श्रोत्यासोबत नातं निर्माण करणं. मित्र आणि कुटूंबासोबत असे करणे सोपे असते, परंतु अनोळखी लोकांसोबत असे करणे कठीण नाही आहे. तुम्हाला फक्त तुमच्या अनोळखी श्रोत्यांची स्तुती करायची आहे किंवा काही विनोद करून हसवायचे आहे. आपल्या श्रोत्यांसोबत नाते निर्माण करण्यासाठी तुम्हाला फार कष्ट घेण्याची गरज नाही आहे.

ज्याला मेनिुपुलेट करायचे आहे त्याच्यासोबत नाते निर्माण केल्यानंतर तुम्हाला श्रोत्यांच्या विश्लेषणात्मक मनाला (Analytical mind) बंद करण्याचा प्रयत्न करावा

लागेल. हे श्रोत्यांना अशा काल्पनीक जगात घेऊन जाणे आहे, जिथे ते तर्क करणार नाहीत. त्यांच्यासमोर काल्पनीक चित्र उभा करून 'जर असे झाले...कल्पना करा काय होईल...' सारखे वाक्य बोलून असे करू शकता. यामुळे ते विचार करणेच बंद करतात आणि तुम्ही सांगितल्याप्रमाणे कल्पना करू लागतात. श्रोत्यांच्या विचाराला असे बंद केल्यावर तुम्ही अशा सूचना देऊ शकता ज्याला नकार नाही दिल्या जाऊ शकत आणि त्या गोष्टी वदवून घेऊ शकता ज्या तुम्हाला पाहिजे आहेत. अशा पद्धतीचे यश अशा अनेक गोष्टीवर अवलंबून आहे, जे तुम्ही करता. हे यावर अवलंबून आहे की तुम्ही तुमच्या मेंदूला तार्किक विचाराने रचनात्मकतेकडे कसे घेऊन जाता आणि कशाप्रकारे संवाद साधता. तो जर पूर्णपणे ठीक असेल आणि त्यामुळे परिणाम मिळत असतील, जे तुम्ही त्याला करायला सांगितले आहे. सेल्समन, व्यवसायी, चिकित्सक आदींनी या तंत्राचा चांगला अभ्यास करायला हवा. श्रोता अनिवार्य स्वरूपात सकारात्मक परिणाम प्राप्त करण्यासाठी याचा उपयोग करतो, परंतु कधी कधी या कलेत कौशल्य मिळवणारे काही वाईट प्रवृत्ती याचा दुरूपयोग देखील करतात. हा एक सुखद अभ्यास आहे आणि यामुळे इतरांना मदत देखील केल्या जाऊ शकते. तर मग आपण आपले नाते आणि व्यावसाय वृद्धीसाठी या दृष्टीकोणाचा उपयोग करू नये आणि इतरांना देखील त्याचा तितकाच फायदा होण्यासाठी मदत करावी. एखाद्या विशेष अशा दृष्टीकोणावर सविस्तर चर्चा करण्यापुर्वी मी तो निष्कर्ष सांगतो जो मी काढला होता. कोअर्शनच्या सर्व गुप्त पद्धती अनैतिक आहेत आणि आपण पर्सुएशनच्या गुप्त धोरणांचा उपयोग करण्याची मनिषा बाळगून असू शकता. दुसरीकडे आपल्याला असे वाटत नाही की एखाद्या व्यक्तील ा याचे ज्ञान नसल्याने त्याला गुप्त पद्धतीने मेनिुपेलेट करावं. इतरांसोबतही तसेच वर्तन ठेवा जसे स्वतःसोबत ठेवता.

मी यामुळे माझ्यासाठी हे तंत्र शिकण्यास सुरूवात केली आहे की इतरांनी माझ्याविरोधात याचा वापर करावा. असे असले तरी काही माणसं अपेक्षित सौम्य वाटतात परंतु पहिल्या नजरेतच ते भ्रामक वाटतात. ज्यावेळी मी हे तंत्र शिकत होतो, खास करून नोकरीसाठी मुलाखत देताना किंवा प्रतिकूल परिस्थिती असताना माझ्या फायद्यासाठी पर्सुएशन तंत्राचा उपयोग करावा असे खूप वाटायचे. नंतर मी असा विचार करणे सोडून दिले. काय असे करणे नैतिक आणि योग्य आहे. मन नेहमी विचारते, 'काय हे बरोबर आहे ?' माझ्यासोबत असे केले असते, तर मला आवडले असते ? काय मी हिंसा न करता

किंवा मला हे ज्ञान निव्वळ वैयक्तिक फायद्यासाठी आणि हितासाठी वापरण्यास मी सक्षम आहे का ? कोणीतरी गुपचूप आपले शोषण करत असल्याची कल्पना जरी न कळत असली, तरीही त्याच्यासाठी असे करणे योग्य ठरत नाही. मनाविरूद्ध करण्याच्या गुप्त पद्धती, ज्या कोणाचेही नुकसान करत नाहीत, ते देखील अजेंडा पूर्ण करण्याचा किंवा एखाद्याच्या स्वतंत्र इच्छेला नष्ट करण्याचा प्रयत्न आहे. गुप्तपणे मनाविरूद्ध काही करणे म्हणजे इतरांवर नियंत्रण मिळवणे आहे. त्याचा तुम्हाला सदुपयोग करायचा की दुरूपयोग हे पूर्णपणे तुमच्यावर अवलंबून आहे.

प्रचार

प्रचार हा गुप्त जन-निर्देशित प्रचार आहे. काही पद्धतींमध्ये द्वंद्वात्मकतेचा उपयोग (इच्छित परिणामावर प्रभाव पाडण्यासाठी पूर्वनियोजित पर्याय लोकांसमोर सादर करणे), दिशाभूल करणे, मानसशास्त्रीय अभियांत्रिकी आणि लोकांचे मत विकृत करण्यासाठी संबंधित पुरावे अस्पष्ट करणे यांचा समावेश होतो. गैर-मौखिक पद्धतींमध्ये प्रचाराचा देखील समावेश असू शकतो. क्रीडा स्पर्धा आणि लष्करी परेडमध्ये, देशभक्तीपर संगीताचा वापर मनाच्या तर्कशुद्ध विद्याशाखेला रोखण्यासाठी जाणीवपूर्वक केला जातो. खरं तर, संगीत उजव्या मेंदूला आणि भावनांना आकर्षित करते. देशभक्तीपर संगीत हे विशिष्ट समुदाय किंवा देशाची एकता किंवा परस्पर ओळख वाढवण्यासाठी एक मौल्यवान भावनीक साधन आहे. फसवणुकीच्या इतर गुप्त पद्धतींप्रमाणे, प्रचार हा अनैतिक ठरतो कारण की तो विनाशकारी असतो. हा व्यक्ती आणि समाजाच्या स्वतंत्र इच्छेला कमकुवत करण्यासाठी अपवित्र किंवा अचेतन मार्गाने केलेला प्रयत्न असतो.

न्यूरो भाषिक प्रोग्रामिंग

न्यूरो लिंग्विस्टिक प्रोग्रामिंग किंवा एनएलपी हे संवाद, स्वयं-सुधारणा आणि वर्तन बदलांमध्ये वापरल्या जाणाऱ्या पद्धतींचा संच आहे जो नवीन युग आणि स्वयं-मदत चळवळींनी लोकप्रिय केला आहे. एनएलपीची स्पष्टपणे दोन उद्दिष्टे आहेत. वाईट सवयींवर मात करण्यासाठी, अधिक उत्पादक होण्यासाठी, इ. एनएलपी तंत्रांचा तुम्हाला फायदा होत असेल तर स्वतः वापरण्यात कोणतीही नैतिक समस्या नाही.

तथापि, एनएलपी क्लेंडेस्टाइन फसवणुकीच्या एका शक्तिशाली साधनाची नक्कल

करते, ज्याचा उपयोग मन वळवण्याच्या नावाने इतरांवर होऊ शकतो. एनएलपीमध्ये देहबोलीचा मुद्दाम उपयोग केल्या जाऊ शकतो, जसे की मिररिंग (दुसऱ्या व्यक्तीच्या हालचालींची सूक्ष्मपणे कॉपी करणे, जसे की समोरची व्यक्ती पायावर पाय ठेवते त्यामुळे तुम्हीही तसेच करता) यामुळे की त्याने तुम्हाला पसंत करावे किंवा तुमच्याशी सहमत व्हावे. आपल्या फायद्यासाठी चर्चात्मक मार्गदर्शन करणे किंवा संचलित करणे, अँकरिंग (इतरांच्या विचार प्रक्रियेस निर्देशित करण्यासाठी विशिष्ट शब्द वापरणे), वाक्य किंवा इशाऱ्याने अचेतन सूचना लपवणे, आणि त्यांना प्रभावित करण्यासाठी निवडलेल्या व्यक्तीसोबत विश्वास किंवा तोळमेळ निर्माण करण्याचा प्रयत्न करणे.

प्रतिकूल परिस्थितीत, तुमच्यासाठी एनएलपीला समजून घेणे अत्यावश्यक आहे जेणेकरून तुम्ही स्वतःचे संरक्षण करू शकाल आणि कोणी जर तुमच्यावर एनएलपीचा उपयोग करीत असल्यास प्रभावीपणे प्रतिसाद देऊ शकता. सबवर्सिव्ह एनएलपीच्या विरोधात बचाव करण्यासाठी, जर कोणी व्यत्यय आणत असेल, तुम्हाला एखाद्या प्रश्नाचे उत्तर देण्यापासून प्रतिबंधित करत असेल, विषय बदलत असेल किंवा विषय मुद्दाम बदल ण्याचा प्रयत्न करीत असेल, तर तुम्ही त्याला सांगायला हवे. जसे की जसे ही तुम्ही त्याचे कपट उघड करता, त्याचे सर्व प्रयत्न वाया जातील.

पिकअप कलाकार तंत्र

पिकअप कलाकत्मकता, किंवा पीयू गुप्त हाताळणीच्या मानक तंत्रांचा एक संच आहे. हे पॉप सायकॉलॉजी, गेम थिअरी आणि इव्होल्युशनरी सायकॉलॉजी या घटकांवर आधारित आहे. त्याचा सामान्य हेतू त्यांच्या शारीरिक वैशिष्ट्यांवर किंवा लैंगिक श्रेणीच्या आधारावर लक्ष्य ओळखणे आणि त्यांना रोमँटिक भागीदार म्हणून आकर्षित करण्यासाठी किंवा संरक्षित करण्यासाठी मनाविरूद्ध वापरणे हा आहे. त्याचा उद्देश आपला हेतू साध्य करणे हा आहे, ज्यामध्ये एक चांगला मित्र शोधणे किंवा इतर व्यक्तीशी लैंगिक संबंध ठेवणे समाविष्ट असू शकते.

पिकअप कलाकार निवडण्याच्या धोरणामध्ये आत्मविश्वास किंवा आत्मसन्मानाचे स्पष्ट प्रदर्शन समाविष्ट असू शकते, ज्यामुळे इतर लोक तुमच्याशी पटकन नातेसंबंध निर्माण करतात आणि त्यावर विश्वास ठेवतात. यामध्ये, एखाद्याची श्रेष्ठ क्षमता सिद्ध करण्यासाठी, समोरच्या व्यक्तीचा अपमान (नकार) केला जातो. यामध्ये अधिक लैंगिक

अनुभवासाठी एखाद्याला स्पर्श करणे, टार्गेटला हा विश्वास देण्यासाठी मिसगाईड करणे की तुमचा हेतू लैंगिक नाही, यासारख्या गोष्टींचा यात समावेश आहे. ते वापरणाऱ्या व्यक्तीच्या हेतूनुसार, पिकअप आर्टिस्टमध्ये कमालीचे खोटे बोलणे देखील समाविष्ट असू शकते.

स्त्रीवाद्यांकडून पिकअप कलाकारांवर बरीच टीका केली जाते. महिलांसोबत आक्षेपार्ह करणारे हिंसक पुरुष पिकअप कलाकारांसोबत सराव करतात. मला वाटते की लैंगिक समस्या पिकअप कलाकारांमध्ये अंतर्भूत असलेल्या नैतिक समस्यांशी संबंधित नसतात, तरी पण काही पिकअप कलाकार नक्कीच असे करतात. बहुतेक पिकअप कलाकार पुरुष आहेत, परंतु काही महिला देखील आहेत. हे तथाकथित स्त्रीवाद किंवा पुरुषांच्या हक्कांबद्दल नाही. हे दोन्ही लिंगीयाकडून वापरले जाते, म्हणून मी असा युक्तिवाद करेन की पिकअप कलाकार तितकेच अनैतिक असू शकतात. एका लिंगाचे दुसऱ्या लिंगावर वर्चस्व किंवा श्रेष्ठत्व वाढवणारी कोणतीही विश्वासाची व्यवस्था स्वाभाविकच अनैतिक आहे. दोन्ही लिंग एकमेकांना पूरक आहेत. समतावाद हे कोणत्याही लिंगाचे नैसर्गिक उत्पादन नाही, जे लिंगविरोधीला हिंसकपणे नियंत्रीत करण्याची मागणी करते.

पिकअप कलाकारांसोबत नैतिक समस्या समतावादाच्या अपयशाने सुरू होते. तुम्ही समानतेच्या किंवा मानवी प्रतिष्ठेच्या स्थितीतून कोणाशी संपर्क साधण्याऐवेजी श्रेष्ठत्व आणि त्यांच्या सापेक्ष मूल्याचे क्षुल्लक मूल्यमापनासोबत करता. तुमळी केवळ या बद्दल विचार करता की त्याला कळू न देता त्याच्याबद्दल काय शोधले जाऊ शकते

त्यांचे शोषण कसे करता येऊ शकते किंवा त्यांना कसे प्रभावित करता येऊ शकते. या सरावात इतरांवर गुप्त नियंत्रण ठेवण्याचा समावेश आहे, जरी तुम्ही पिकअप कलाकारांच्या वापरामध्ये भक्षक म्हणून नसाल आणि कमी नैतिक पिकअप कलाकारांप्रमाणे इतर कोणावर शक्तीचा वापरू करीत नाहीत. मी ओळखतो की भक्षक शोधणे कठीण असू शकते आणि अनेक प्रकारचे वरवरचे आणि सामाजिक नियम आहेत. जे की प्रणय प्रक्रियेला नियमित करते. यामुळे हे सत्य बदलत नाही की इमानदार असणे आणि आपल्या इच्छेच्या संदर्भात जाहीर होणे ही चारित्र्यवान व्यक्तीची नैतिकता आणि वैशिष्ट्य आहे. यामध्ये इतरांसोबत खेळण्यासाठी भ्रामक आणि छुप्या माध्यमांचा वापर करणे किंवा त्यांना सुरक्षेचे खोटे आश्वासन देणे नसते. वस्तुस्थिती अशी आहे की पिकअप कलाकारांचे कार्य हे मानवतेच्या सध्याच्या बौद्धिक आणि नैतिक स्थितीचे दुःखद प्रतिबिंब आहे.

गुप्त हातचलाखी धोरणाविरूद्ध संरक्षण तंत्र

गुप्त हाताळणीच्या धोरणाविरूद्ध प्रथम संरक्षण म्हणजे त्यांचे अस्तित्व मान्य करणे आणि ते समाजात तुलनेने सामान्य आहेत हे मान्य करणे. मी तर्कशुद्ध व्यक्तीची वकिली करतो, परंतु मी निराशावादी किंवा निंदक जागतिक दृष्टिकोनाचा पुरस्कार करत नाही. प्रत्येकजण सत्यवादी, प्रामाणिक किंवा पारदर्शक नसतो आणि अनेक व्यक्ती, कंपन्या आणि सरकारांचा स्वतःचा छुपा अजेंडा असतो.

असे तुमच्यावर कधी वापरले गेले आहेत की नाही हे समजून घेण्यासाठी आणि ओळखण्यासाठी किंवा ते माध्यमांद्वारे वापरले जातात का हे जाणून घेण्यासाठी, गुप्त शोषणाविरूद्ध संरक्षणाची दुसरी पायरी म्हणजे सर्व उपलब्ध तंत्रज्ञानाचे सखोल संशोधन करणे. आपण सर्व गोष्टींचा विचार केला पाहिजे, अगदी ज्या गोष्टींशी आपण सहमत नाही. गुप्त शोषणाच्या काही पद्धती, जसे की प्रचार, कमी-अधिक बाजूच्या असतात. आपण हाताळणीच्या मुळांशी संवाद साधत नाही, परंतु त्याचे स्वरूप अद्याप ओळखले जाऊ शकते.

जर तुम्हाला असे वाटत असेल की कोणीतरी संभाषणात चुकीचे दिशानिर्देश करत आहे, तुम्हाला काहीतरी पटवून देण्याचा प्रयत्न करत आहे, तुमच्या वैयक्तिक जगात प्रवेश करण्याचा प्रयत्न करीत आहे किंवा तुम्हाला नको असलेल्या गोष्टीकडे घेऊन जात आहे, तर तुम्हाला हवे असल्यास, खंबीर संवाद तुम्हाला एनएलपी किंवा पीयूए तंत्र टाळण्यास मदत करेल. स्पष्ट वैयक्तिक सीमा असणे हा एक चांगला विचार आहे. हे भक्षक होण्यापासून आणि हातचलाखीपासून तुमचे संरक्षण करण्यात मदत करू शकते.

प्रकरण पाचवे

गडद मानसशास्त्राचे विश्लेषण करणे

गडद मानसशास्त्रानुसार, सर्व मानवांमध्ये सुसंवादी तर्कशक्तीचा अभाव असतो. त्यांचा इतरांप्रती दुर्भावनापूर्ण हेतू असतो. काही क्षणांसाठी त्यांच्या मनात असे करण्याचा सौम्य विचार डोकाऊ शकतो किंवा तो पूर्णपणे मानसिकदृष्ट्या विचलित असे काहीतरी करू शकतो. याला स्पेक्ट्रम ऑफ शॅडोज म्हणतात. गडद मानसशास्त्रात गडद घटकाला निचरा घटक म्हणतात. हे घटक गडद विलक्षणतेपर्यंत पोहोचण्यासाठी प्रवेगक आणि/किंवा आकर्षित करणारे म्हणून कार्य करतात. गडद स्पेक्ट्रम असे ठिकाण आहे जिथे कोणत्याही व्यक्तीच्या जघन्य कृती सहभागी असतात.

या लेखकाने गडद मानसशास्त्रावर पंधरा वर्षे काम केले आहे. तथापि, मानवी अनुभवाच्या या भागाचा अर्थ, सिद्धांत आणि मानसशास्त्राला नुकतेच संकल्पित केले गेले. डार्क साइकॉलॉजीत आपल्याशी संबंधित सर्व गोष्टींचा समावेश होतो, तर डार्क साइडमध्ये असे होत नाही. हा वैश्विक रोग सर्व संस्कृती, सर्व धर्म आणि सर्व मानवतेमध्ये आहे. जन्मापासून मृत्यूपर्यंत आपल्यात एक अशी बाजू लपलेली असते, ज्याला काही लोक वाईट म्हणतात आणि काही लोक गुन्हेगारी, विकृती असे वर्णन करतात. तिसरे काम, सायकोलॉजिच्या अंतर्गत एक तिसरे काम सुरू करण्यात आले आहे, ते म्हणजे साइकॉलजिकल डिसेप्शन, जे या पद्धतींना मुख्य प्रवाहातील सामाजिक विज्ञानातील धार्मिक सिद्धांत आणि सिद्धांतांपेक्षा वेगळ्या पद्धतीने सादर करते.

गडद मानसशास्त्राचा असा विश्वास आहे की या क्रिया व्यक्तींद्वारे केल्या जातात, परंतु ते पैसा, लैंगिक संबंध, बदला किंवा इतर कोणत्याही ज्ञात हेतूच्या प्रभावाने केले जात

नाही. कोणतेही ध्येय नसताना ते अशा भयानक गोष्टी करतात. त्यांच्या पद्धती त्यांच्या उद्देशाशी जुळत नाहीत. असे काही लोक आहेत जे कोणत्याही हेतूशिवाय इतरांना मारतात किंवा दुखावतात. ही क्षमता आपल्या सर्वांमध्ये आहे. कोणत्याही कारणाशिवाय लेखक, स्पष्टीकरण किंवा हेतू आणि इतरांना नुकसान करण्याच्या शक्यतेबद्दल बोलतो. गडद मानसशास्त्राचा असा विश्वास आहे की या गुणवत्तेचं वर्णन करणे अधिक गुंतागुंतीचे आणि अधिक आव्हानात्मक आहे.

गडद मानसशास्त्राचा असा विश्वास आहे की आपल्या सर्वांमध्ये हिंसक वर्तनाची क्षमता आहे. आपल्या भावना आणि आपला विश्वास या क्षमतेशी जोडलेला असतो, हे तुम्ही या पुस्तकात वाचू शकता. तथापि, आपल्यापैकी केवळ काहीच यावर कार्य करतात. कधीतरी आपल्या सर्वांच्या मनात क्रूरपणे वागण्याचा विचार आला असेल. आपल्या सर्वांच्या मनात कधी ना कधी निर्दयीपणे कोणालातरी दुखावण्याचा विचार आला असेल. जर तुम्ही स्वतःला चांगले ओळखत असाल, तर तुम्ही हे स्वीकारण्यास सक्षम असाल की आपल्या सर्वांच्या मनात घृणास्पद कृत्ये करण्याचे विचार येत असतात.

आम्ही स्वतःला एक दयाळू असल्याचं समजतो आणि म्हणून आपण विचार आणि भावना अस्तित्वातहीन असल्याचे मानतो. दुर्दैवाने, आपल्या सर्वांच्या मनात असे विचार येतात. सुदैवाने आपण त्याची कधी अमलबजावणी करीत नाही. गडद मानसशास्त्र अशा लोकांबद्दल सांगते ज्यांना समान भावना आणि अनुभव आहेत, परंतु त्यांच्यावर पूर्वनिर्धारित आणि आवेगपूर्ण मार्गांनी कार्य करतात. दोघांमधील स्पष्ट फरक हा आहे की ते अमलबजावणी करतात आणि दुसरे फक्त तसा विचार करतात.

डार्क सायकॉलॉजीचा असा विश्वास आहे की या प्रकारची क्रूरता हेतुपुरस्सर केली जाते आणि त्यामागे कोणतेही तर्क किंवा हेतू-आधारित प्रेरणा नसते. धर्म, तत्त्वज्ञान, मानसशास्त्र आणि इतर सिद्धांतांनी गडद मानसशास्त्राला स्पष्टपणे दर्शविण्याचा प्रयत्न केला आहे. हे खरे आहे की वाईटाशी संबंधित बहुतेक मानवी कृती हेतूपूर्ण आणि ध्येय-केंद्रित असतात, परंतु गडद मानसशास्त्रानुसार असे वातावरण आहे, जिथे इच्छित वर्तन आणि ध्येय-केंद्रित प्रेरणा अस्पष्ट आहेत. गडद मानसशास्त्रानुसार शोषणात एक स्पेक्ट्रम आहे. हे थेट तर्कशुद्धतेच्या पलिकडे किंवा विचाराने प्रेरित किंवा शुद्ध साइकोपॅथिक डेविएंस असे शकतो. हे या विनाअडथळा क्रमाणे, म्हणजे डार्क साइकॉलाजी सिद्धांताला संकल्पना बनवण्यास मदत करते.

गडद मानसशास्त्र मानवी मनाच्या पैलूंवर चर्चा करते, किंवा सार्वत्रिक मानवी स्थिती, जे विचलित कृतींना परवानगी देतात आणि प्रेरित करतात. त्याची स्पष्ट तार्किक प्रेरणा, तिची सार्वत्रिकता आणि त्याचा अंदाज नसणे ही या व्यावहारिक प्रवृत्तीच्या काही वैशिष्ट्यांची उदाहरणे आहेत. गडद मानसशास्त्र या प्राथमिक मानवी स्थितीला विशिष्ट किंवा उत्क्रांतीचा विस्तार मानते. उत्क्रांतीची काही मूलभूत तत्त्वे पाहू. लक्षात ठेवा की आपण इतर प्राण्यांपासून उत्क्रांत झालो आहोत आणि सध्या इतर सर्व प्राण्यांपेक्षा श्रेष्ठ आहोत. आपल्या फ्रंटल लोबने आपल्याला सर्वोत्तम प्रजाती तयार करण्यात मदत केली. आपण सर्वोत्कृष्ट प्रजाती आहोत, परंतु आपण अजूनही आपल्या प्राणी प्रवृत्ती आणि शिकारी स्वभावापासून पूर्णपणे दूर गेलेलो नाही. जर तुमचा जर उत्क्रांतीवर विश्वास असेल तर तुम्ही हे मान्यच केले पाहिजे की सर्व क्रिया तीन प्राथमिक अंतःप्रेरणेशी संबंधित आहेत. तीन मुख्य मानवी इच्छा म्हणजे लैंगिक, आक्रमकता आणि स्व-संरक्षणाची नैसर्गिक इच्छा. आपण सर्व पुनरूत्पादन करतो आणि जीवन जगतो. आपण आपल्या क्षेत्राला नाव देणे, आपल्या क्षेत्राचे रक्षण करणे आणि नंतर ते खरेदी करण्याचा अधिकार सुरक्षित करणे या हेतूंसाठी हिंसा करतो. हे तार्किक वाटते, परंतु शुद्ध अर्थाने मानवी स्थितीचा भाग नाही. डार्क साइकॉलाजी असे समजते की डार्क साइड बहुतेक वेळा अनपेक्षित असते. असे कोण करेल हे आपण नाही सांगू शकत. ते क्रूरतेत किती टोकाला जाऊ शकतात याची आपण अजिबात कल्पना करू शकत नाही. अनेक लोक कोणत्याही कारणाशिवाय किंवा हेतूशिवाय बलात्कार आणि खून यासारखे कृत्य करतात. गडद मानसशास्त्र स्पष्टपणे निर्दिष्ट हेतूशिवाय मानवी शिकार शोधत असलेल्या राक्षसासारखे वागणाऱ्या या कृतींबद्दल बोलते. मानव म्हणून आपण स्वतःसाठी आणि कोणत्याही सजीवांसाठी अत्यंत धोकादायक आहोत. यासाठी अनेक स्पष्टीकरणं आहेत, गडद मानसशास्त्र काही धोकादायक घटकांचे परीक्षण करते. जितके अधिक वाचक गडद मानसशास्त्राची कल्पना करू शकतील, तितकेच ते मानवी भक्षकांद्वारे बळी जाण्याचा धोका कमी करण्यासाठी तयार होतील. सुरू ठेवण्यापूर्वी गडद मानसशास्त्राची किमान मर्यादित समज असणे महत्त्वाचे आहे. जसे जसे तुम्ही हे पुस्तक वाचत जाता, लेखक सर्वाधिक प्रासंगिक सिद्धांताबद्दल सखोलपणे सांगेन. गडद मायकोलॉजी पूर्णपणे समजून घेण्यासाठी खालील सहा आवश्यक संकल्पना आहेत.

१. गडद मानसशास्त्र हा मानवी अनुभवाचा एक सार्वत्रिक पैलू आहे. याचा संपूर्ण

इतिहासावर परिणाम झाला आहे. मानवी स्थितीचा हा पैलू सर्व संस्कृती, समुदाय आणि त्यांच्यात राहणारे लोक जतन करतात. या वाईट जगात काही सर्वात दयाळू लोक ओळखले जातात, परंतु ते कधीही या इच्छेनुसार कार्य करत नाहीत आणि त्यांच्यात हिंसक विचार आणि भावना कमी असतात.

२. गडद मानसशास्त्र हे मानवी स्थितीचा अभ्यास आहे कारण ते विशिष्ट, निश्चित हेतूशिवाय इतरांना हाताळण्याच्या या जन्मजात प्रवृत्तीशी संबंधित भावना आणि वृत्तींशी संबंधित आहे. मोडस ऑपरेडीद्वारे सर्व कृती हेतुपूर्ण, उद्दिष्ट-केंद्रित आणि आकलनीय आहेत हे लक्षात घेऊन, गडद मानसशास्त्र असे मत मांडते की जवळच्या काळातील व्यक्ती प्रिस्टीन बॅंडच्या 'ब्लॅक होल' कडे आकर्षित होते, त्याला प्रेरणा मिळण्याची शक्यता कमी असते. लेखकाचा असा विश्वास आहे की प्रिस्टीन बॅंड कधीही साध्य होऊ शकत नाही कारण ते अमर्याद आहे, गडद मानसशास्त्र असे मानते की त्याच्या जवळ जाणारे लोक अस्तित्वात आहेत. अंधकारमय मानसशास्त्राला त्याच्या सुप्त स्वरूपात कमी लेखले जाऊ शकते कारण विचलित मनोविकार म्हणून चुकीचा अर्थ ल ावला जाऊ शकतो. सक्रिय, हानिकारक क्रियाकलापांच्या रूपात स्वतःला उघड करण्याच्या या सुप्त प्रवृत्तीच्या उदाहरणांनी इतिहास भरलेला आहे. आधुनिक मानसोपचार आणि मानसशास्त्रानुसार सायकोपॅथचे वर्णन त्याच्या कृत्यांसाठी अपराधीपणा घेण्यास असमर्थ शिकारी म्हणून केले जाते. गडद मानसशास्त्राचा असा विश्वास आहे की तर्कसंगत हेतू किंवा हेतू नसलेल्या कृतींचा एक स्पेक्ट्रम आहे, ज्यात विचार आणि आक्रमकतेच्या भावनांपासून अत्यंत दडपशाही आणि हिंसाचारापर्यंतचा समावेश आहे.

३. या प्रमाणात गडद मानसशास्त्राची तीव्रता पीडित वर्तनापेक्षा कमी किंवा जास्त भयानक मानली जात नाही, परंतु ती अमानुषतेचे स्पेक्ट्रम प्रकट करते. टेड बंडीची जफरी डेहमरसोबत तुलना करणे हे एक सोपे उदाहरण आहे. दोघेही अत्यंत मनोरूग्ण आणि क्रूर होते. फरक इतकाच आहे की डेहमरने क्रूर हत्या केली तर टेड बंडीने त्याच्या काल्पनिक जोडीदाराला खुश करण्यासाठी असे केले. गडद स्पेक्ट्रमवर, दोघेही मजबूत आहेत, परंतु जेफरी डेहमरला चाहत्यांची कमतरता होती आणि ही एक मानसिक स्थिती होती ज्यामुळे त्याला खूप त्रास झाला.

४. डार्क साइकॉलॉजीच्या मते सर्व व्यक्तींमध्ये हिंसा करण्याची क्षमता असते. सर्व मानवांमध्ये ही क्षमता असते आणि विविध अंतर्गत आणि बाह्य प्रभावांमुळे ही क्षमता

अनपेक्षित वर्तनात प्रकट होण्याचा धोका वाढतो. ते कधीकधी कोणत्याही हेतूशिवाय काम करू शकतात. गडद मानसशास्त्रानुसार मानव शिकार-शिकारी यांच्यात अडथळा आणतो आणि त्याची सर्व कामे बिघडून जातात. तथापि, जगातील सजीवांमध्ये ते जन्मजात मानले जाते. गडद मानसशास्त्र ही केवळ एक मानवी घटना आहे आणि इतर कोणतेही जिवंत प्राणी ते सामायिक करत नाहीत. इतर जीवांमध्ये, आक्रमकता अस्तित्त्वात असू शकते, परंतु मनुष्य ही एकमेव प्रजाती आहे जिच्याकडे हेतूशिवाय असे करण्याची क्षमता आहे.

५. डार्क साइकॉलॉजीची मूळ कारणे आणि ट्रिगर्सची जागरूकता हे समाजाला त्याच्या प्रभावामध्ये अंतर्भूत जोखीम ओळखण्यास, निदान करण्यास आणि संभाव्यतः कमी करण्यास मदत करेल. गडद मानसशास्त्राची तत्त्वे समजून घेणे हा दुहेरी फायद्याचे आहे. आपल्या सर्वांमध्ये ही वाईट क्षमता आहे हे जर आपल्या लक्षात आले तर आपण या क्षमतेवर नियंत्रण ठेवू शकतो. शिवाय, डार्क साइकॉलॉजीच्या गडद संकल्पना ओळखणे हे जगण्यासाठी लढण्याच्या आपल्या सुरूवातीच्या उत्क्रांतीच्या उद्देशाशी संबंधित आहे.

प्रकरण सहावे

हातचलाखीची कला

मागील दशकात एक प्रसिद्ध समीक्षक, एम. आई. टी. भाषाशास्त्रज्ञ आणि बौद्धिक मतभेदांचा आवाज नोम चॉम्स्कीने, सर्वांत लोकप्रिय आणि यशस्वी युक्त्यांची एक यादी तयार केली आहे ज्यांचा मीडियाद्वारे लपवलेल्या एजेंड्यासाठी लोकांवर हातचलाखी करण्यासाठी वापर केला केला गेला होता.

जनमताला प्रभावीत करण्यात प्रसारमाध्यमे पारंपारिकपणे अत्यंत प्रभावशाली असल्याचे सिद्ध झाले आहे. सामाजिक चळवळी, फक्त युद्धे, मध्यम आर्थिक संकटे इत्यादींमध्ये सत्याचे निर्माते म्हणून मीडियाची साधने आणि प्रचाराने महत्त्वपूर्ण भूमिका बजावली आहे.

मीडिया मॅनिप्युलेशन हा आपल्या दैनंदिन जीवनाचा भाग आहे. मीडियाद्वारे प्रेक्षकात सत्याची मोडतोड करून सादर करणे अयोग्य मानवी मूल्यमापन आणि आचरणाचे कारण बनू शकेल. माध्यमांचे कार्य केवळ सामाजिक नसून लोकांचा रोष कमी करणे हे देखील आहे. मीडिया मॅनिप्युलेशनमध्ये बातम्यांचा अर्थ लावणे देखील समाविष्ट आहे. व्यक्ती एखाद्या तंत्राचा अर्थ कसा लावू शकते आणि ते त्याला कसा प्रतिसाद देतील यावर ते अवलंबून असते. माध्यमांची सर्व लोकांसाठी एक सामाजिक भूमिका असते. ते काही समस्यांबद्दल बोलतात, तर इतर समस्येवर तोंड बंद ठेवतात. अशाप्रकारे त्यांना एक नवीन शक्ती मिळाल्यासारखे होते.

बिगरलोकशाही आणि दडपशाही देशांमध्ये, प्रसारमाध्यमे जनतेला हे पटवून देण्याचा प्रयत्न करतात की सर्व सरकारी राजकीय आणि सामाजिक कृतींना विरोध न करता मान्यता दिली पाहिजे. म्हणून ते राज्य नियंत्रण संस्थांचा भाग बनतात. मुक्त आणि लोकशाही समाजात माध्यमे सरकार आणि जनता यांच्यातील मध्यस्थ आहेत. त्यांच्याकडे संस्थांकडून समाजाकडे आणि समाजाकडून संस्थांकडे ज्ञानाचा द्विमार्गी प्रवाह असतो. मीडिया बातम्या आणि माहिती वेगळे करते, ज्याला मीडिया मॅनिपुलेशन असेही म्हणतात.

परंतु या मनोसामाजिक साधनांचा अर्थ लावण्यासाठी सर्वात सामान्य तंत्रे कशी ओळखली जाऊ शकतात, ज्यात नक्कीच आपला समावेश आहे ? सुदैवाने, या क्रियाकलापांचे विश्लेषण आणि प्रकटीकरण करण्याचे काम चोम्स्कीला देण्यात आल होते. यापैकी काही अधिक प्रगत होत्या, तर काही अधिक जटिल होत्या. पण सगळे तितकेच हास्यास्पद होते. मूर्खपणाला प्रोत्साहन देणे, लज्जास्पद भावनांना प्रोत्साहन देणे, विचलित करणे किंवा कृत्रिम समस्या निर्माण करणे आणि नंतर जादूने त्यांचे निराकरण करणे ही त्याची काही धोरणे आहेत.

हे धोरण मुळात उपहासात्मक होते की नव्हते हे माझ्यासाठी महत्त्वाचे नाही. सर्वात महत्त्वाचे म्हणजे विशिष्ट अंतरावरून पाहिल्यास हे धोरण तुलनेने सोपे, तार्किक आणि प्रायोगिकदृष्ट्या गृहीत धरण्यासारखी दिसते. अशा व्यक्ती हे मान्य करू शकतात की त्यांच्या विस्तृत श्रेणी आणि विषयांच्या संक्षिप्त ज्ञानामुळे ते केवळ मास मीडियावर अवलंबून नाहीत.

ही यादी उदारमतवादी बहुलवादाच्या दृष्टीकोनातून जगाकडे पाहणाऱ्या एखाद्या व्यक्तीद्वारे रद्द केल्या जाऊ शकते, ज्यानुसार कोणतीही शक्ती नाही, पदानुक्रम नाही, ना कोणता कायदा आहे. परंतु अनेक भिन्न गट त्यांचा प्रभाव तुलनेने संतुलित पद्धतीने वापरतात. ते हे अशा प्रकारे करतात की बहुसंख्यांच्या मूळ हिताशी सुसंगत असलेली मते प्रचलित होतात.

लक्ष वेधणे

लक्ष वेधून घेण्याचे धोरण म्हणजे राजकीय आणि आर्थिक उच्चभ्रूंनी मांडलेल्या मुद्यांवरून आणि महत्त्वाच्या सुधारणांपासून जनतेचे लक्ष विचलीत करण्याचे धोरण आहे. हा सामाजिक नियंत्रणाचा एक अविभाज्य पैलू आहे. त्याच त्याच प्रक्रियेमुळे विचलित

होण्याच्या आणि वारंवार माहितीच्या प्रदर्शनाद्वारे, मन अधिक दडपले जाते आणि कमी गंभीर बनते. विज्ञान, अर्थशास्त्र, मानसशास्त्र, न्यूरोबायोलॉजी आणि सायबरनेटिक्समधला रस कमी करण्यासाठी देखील विचलित करण्याच्या युत्त्या वापरल्या जाऊ शकतात.

येथे खरा शब्द 'निरर्थकता' आहे. फोकस एक किमान संसाधन आहे. बहुसंख्य केवळ मूक प्रेक्षक राहून तुलनेने कमी लोकांना फायदा होईल अशा पद्धतीने लोकशाही समाजाची रचना करायची असेल, तर बहुसंख्यांना इतर गोष्टींमध्ये व्यस्त ठेवणे आवश्यक आहे. जसे की वैयक्तिक हित, जे तुमच्या मार्गात अडथळे बनू नयेत. रोमन रिपब्लिकच्या जुवेनलने 'ब्रेड आणि सर्कस' या शब्दाखाली अशा विचलित स्थितीला सिद्ध केले आहे. जे लोक त्यांच्या समवयस्कांना टीव्ही, रेडिओ, वृत्तपत्रे आणि संभाषणात कोणत्या विषयांवर बोलायला आवडते याकडे लक्ष द्यायला लावतात, त्यांना अस्तित्त्वात दीर्घकालीन परिस्थितीवर विचार करून त्यांच्या समवयस्कांच्या जीवनातील विशिष्ट विषयांच्या महत्त्वाबद्दल समजून घ्यायला हवे. मग जीवनाच्या सुसंगततेसाठी खर्च केलेल्या वेळेच्या किंवा हेतूच्या संबंधाने गोष्टींचे उलटे कसे ठळक केले जाऊ शकते, हे शोधले पाहिजे.

एकीकडे, स्टोअरमध्ये आवडत्या संघांचे टेबल, सेलिब्रिटी स्नेहसंमेलन, शेजाऱ्याच्या मुलाच्या नावाबद्दल उत्सुकता, कमी चरबीयुक्त दूध; दुसरीकडे, नागरी हक्कांचे उल्लंघन, सामूहिक हत्या आणि गुप्त धमक्या. पाश्चात्य मॉडेल्सचे युद्ध, युद्धाला प्रोत्साहन देणे, पूर्वग्रह आणि अनिश्चितता हे सर्वसामान्य प्रमाण आहे.

लादलेली समस्या, अभिप्राय आणि उत्तर चक्र

या धोरणाला अनेकदा 'समस्या-प्रतिसाद-सोडवणे' म्हणून संबोधले जाते. या अंतर्गत, प्रेक्षकांमध्ये प्रतिक्रिया निर्माण करण्यासाठी एक समस्या निर्माण केल्या जाते, जेणेकरून तुम्ही समर्थन करत असलेल्या कृती निकष बनतील. उदाहरणार्थः शहरी गुन्हेगारी वाढली जाते किंवा रक्तपाताचा समन्वय साधला गेला आहे, जेणेकरून अधिकारांना हानी पोहोचवणारे कायदे आणि धोरणे लोकांना अधिक फाद्याची वाटू लागतील. शिवाय, आर्थिक संकटाला चालना दिली जाते, ज्यामुळे लोक सामाजिक हक्क रद्द करण्यास आणि सार्वजनिक सेवांना आवश्यक वाईट म्हणून काढून टाकण्यास समर्थन देऊ शकतात.

लोकसंख्येच्या अभिमुखतेची विशिष्ट गरज निर्माण करण्यासाठी जेव्हा सामाजिक समस्या तयार केल्या जातात, तेव्हा वैचारिक दिशेने एक उपाय शक्य आहे, ज्याची

सुरूवातीपासूनच मागणी आहे. विशेषतः लोकांचे राहणीमान बिघडते तेव्हा गंभीर गुन्हे केले जातात.

नवउदारवादी समर्थक अतिशय प्रतिभासंपन्न आहेत, जसे की राज्य वित्ताच्या उदाहरणावरून दिसून येते, ज्यांचा प्रभाव हळूहळू कमी करण्यात आला. सार्वजनिक कर्ज गगनाला भिडत असताना, मीडिया आणि बिझनेस लॉबीच्या मदतीने कर्ज गोठवण्याच्या स्वरूपात खोटे उपाय ऑफर करून अपेक्षित भीती निर्माण केली. यामुळे अपरिहार्यपणे पुढील समस्या उद्भवतात (निधी अडथळे, आर्थिक चलनवाढ, सरकारी कर्जात आणखी वाढ) जे खाजगीकरणाचे जुणे परिचित विचाराला परिणामी उत्तर म्हणून पुनरूज्जीवित करतात आणि मोठ्या प्रमाणात केंद्रित खाजगी भांडवलाच्या क्षेत्राचा विस्तार करतात.

याचा अर्थ खाजगीकरण, नियंत्रणमुक्ती आणि राज्याच्या खर्चात कपात. पोकळ तिजोरीची हुकूमशाही चालवण्यास मदत करण्यासाठी कर कपातीसह क्षीणता किंवा प्रमाण कमी केले जाईल. जसे की अनुभवानुसार, यामुळे राज्यांचे नुकसान वाढते. सध्या सुरू असलेल्या 'युरो-संकटात' असे धोरण पाहायला मिळते. कल्याणकारी कपातीमुळे होणारे आर्थिक परिणाम मोठ्या प्रमाणावर बेरोजगारीला कारणीभूत ठरेल. सामूहिक सौदेबाजी इंधनाच्या संरचनेला नष्ट करण्याने वेतन कमी होते, जे परिणामी मुद्यांत योगदान देते.

नाओमी क्लेनने तिच्या 'द शॉक डॉक्ट्रीन' या पुस्तकात या तंत्राच्या अनेक उदाहरणांचे वर्णन केले आहे. जर तुम्ही पुनर्निर्देशित लोकसंख्येवर उच्चभ्रू लोकांचा ज्ञानाचा फायदा पहा, विशेषतः जेव्हा मास मीडिया संसाधन मर्यादा आणि भांडवल जोडणी घटकांच्या अंतर्गत 'चौथी शाखा' म्हणून कार्य करते, तेव्हा हे समजण्यासाठी अधिक कल्पना करण्याची गरज नाही की किती लवकर संकटं आणि इतर समस्यांना अनेक क्षेत्रात वाढवल्या आणि हाताळल्या जाऊ शकतात.

बदलाचा क्रम

एक अनुपयुक्त उपायाला स्वीकार्य करण्यासाठी, सतत काही वर्षांत, हळूहळू, थेंबा थेंबाने योग्य तो दबाव लागू केला जातो, हे अशा प्रकारे की १९८० आणि १९९० च्या दशकात नवीन कट्टरपंथी सामाजिक-आर्थिक स्थिती लागू केल्या गेली ज्यात किमान निकष, खाजगीकरण, गरिबी, लवचिकता, मोठ्या प्रमाणावर बेरोजगारी आणि योग्य उत्पन्नाची हमी न देणारे वेतन यांचा समावेश होतो. या सुधारणा एकत्रितपणे राबविल्या

असत्या तर क्रांती घडली असती.

जसे की प्रकाश, दबाव, आवाज इत्यादींसाठी स्पष्ट आहे, त्यांचा बदलाचा क्रम गुंतलेल्या राजकीय प्रक्रिया समजून घेण्यावर अवलंबून असतो. आज किंवा उद्या या संकटकाळात जीवनाच्या सर्व क्षेत्रात अर्थकारण (economization) लागू करता येत नाही. जर खर्च-लाभ, बाजार आणि व्यवस्थापन प्रतिमान सर्व-व्यापक सामाजिक तत्त्व असते, तर शतकानुशतके शक्तिशाली संस्थांनी सांस्कृतिकदृष्ट्या प्रभावित केले असते. लहान प्रमाणात, या पद्धती देखील लागू होतात. शाळा आणि विद्यापीठ क्षेत्रातील प्रस्तावित कपातीच्या बाबतीत, एक OECD प्रकाशन सल्ला देते की राज्य निधी स्थिर ठेवला पाहिजे आणि 'सावध राजकीय गटांकडून विरोध' होण्याच्या शक्यतेमुळे कमी करू नये.

बदल पुढे ढकलणे

जनतेचे समर्थन मिळविण्यासाठी, अलोकप्रिय निर्णय घेणे 'वेदनादायक आणि आवश्यक' म्हणून सांगितले जातात. मरणासन्न बलिदानापेक्षा संभाव्य त्यागाचा विचार करणे सोपे आहे. याचे कारण असे की उपाय लगेच उपयोग नाही केला जात आणि जनतेला वाटतं की उद्या सर्व काही ठीक होईल आणि अपेक्षित त्याग टाळता येईल. यामुळे जनतेला बदलाची कल्पना अंगवळणी पडण्यासाठी आणि वेळ आल्यावर जास्त त्रास न होता स्वीकारण्यासाठी अधिक वेळ मिळतो. जर बिघडलेली परिस्थिती नियोजनाच्या अजेंड्यावर लोकसंख्येच्या मोठ्या भागाचा समावेश असेल, तर त्याची संभाव्य कारणे आधीच ठरवली पाहिजेत. जोपर्यंत हा मुद्दा गंभीर होत नाही तोपर्यंत नागरी समाज दाव्यांची चौकशी करण्यास इतके प्रोत्साहन देणार नाही. अंगभूत समस्या अपरिहार्य असताना परिचित वास्तव म्हणून सादर केली जाते. जर्मनीमध्ये, कायमस्वरूपी भांडवलशाहीच्या घसरणीच्या वेळी, लोकसंख्याशास्त्रीय बदल आणि जागतिक स्पर्धा हेडलाइनमध्ये ठेवण्यात आली होती, तर वेतन, पेन्शन आणि सामाजिक कपात 'वेदनादायक' परंतु आधुनिक गरजा म्हणून सांगण्यात आल्या.

मुलांच्या भाषेत बोलणे

सामान्य जनतेला उद्देशून असलेल्या बहुतेक जाहिराती संवाद, युक्तिवाद, विशेषतः लहान मुलासारखी पात्रे वापरतात, अनेकदा शक्तीहीनतेला लक्ष्य करतात, जणू काही

प्रेक्षक खूप तरूण किंवा मानसिकदृष्ट्या अपंग व्यक्ती आहेत. तुम्ही जितका श्रोत्याला फसवण्याचा प्रयत्न कराल तितका बालिश स्वर बनतो. असे का ? जर कोणी १ २ वर्षांच्या किंवा त्यापेक्षा कमी वयाच्या व्यक्तीशी संपर्क साधला, तर दुसरी व्यक्ती सूचक गुणवत्तेमुळे जास्त विचार न करता १ २ वर्षांच्या किंवा त्याहून कमी वयाच्या व्यक्तीप्रमाणे बोलेल.

अस्पष्ट संदेशांचा वापर नकारात्मक विषयांची घोषणा करण्यासाठी केला जातो, जेथे जे काही सांगितले जाते त्याबद्दल काहीही स्पष्ट केले जाऊ शकते. गंभीर टीकेसाठी, आक्रमणाची कोणतीही पातळी अस्तित्वात नाही. दुसरीकडे, जर जनतेला स्पष्टपणे संबोधित केले गेले तर, एक साधी भाषा, संरक्षक किंवा एकांत दयाळू स्वरात संबंधित माहिती पोहोचवते, सामूहिक प्रतिरूपाला मुलांच्या स्थितीकडे ढकलते. लोकांना सुरूवातीच्या टप्प्यात पर्यावरणीय उत्तेजनांमुळे चालना मिळालेल्या रोल मॉडेल्सप्रमाणे वागण्याची शक्यता असते. हे तंत्र निर्विवाद आज्ञाधारकता आणि स्वीकृतीवर विश्वास ठेवून, विश्वासाला प्रोत्साहन देण्याच्या रूपात इच्छित यश मिळवू शकते. हा एक अत्यंत पुराणमतवादी समाज आहे ज्यामध्ये साधा पदानुक्रम आणि वर्तणुकीचे नमुने अंतर्भूत आहेत.

जाणीवेला भावनेत रूपांतरीत करणे

जे लोक कठपुतळीचे कार्यक्रम करतात ते त्यांच्या श्रोत्यांच्या विचारशील बाजूंना चाल ना देत नाहीत. त्यांना भावना जागृत करायच्या आहेत आणि त्यांच्या अचेतन मनात प्रवेश करायचा आहे. म्हणूनच त्यांचे बहुतेक संदेश भावनीक सामग्रीने भरलेले असतात. तार्किक विचार प्रक्रियेत, यातील बिंदू म्हणजे एक प्रकारचा शॉर्ट सर्किट ट्रिगर करणे. ते संदेशाचा सामान्य सारांश प्राप्तीसाठी तपशील नव्हे तर भावनांचा वापर करतात. लोकांची गंभीर विचार कौशल्ये नष्ट करण्याचा हा आणखी एक मार्ग आहे.

उत्क्रांतीच्या इतिहासात, 'विचार' एक नवीन कौशल्य आहे. मानवी आत्म्याचा पाया एक भावनिक हृदय आहे, जो निर्णयात्मक शक्ती प्रदान करतो, ज्यावर द्वार रक्षक अक्षरशः त्यांच्या सेवेस नकार देतात. विषमता आणि बेरोजगारी झपाट्याने वाढत आहे; मानवतेच्या सर्वोच्च प्रेरणा म्हणजे 'स्पर्धा' आणि लोकसंख्येची स्पर्धा आणि हुकूमशहांना जर्मन टँक पोचवणे हे बंडखोरी शमवण्यासाठी एक निकष बनत चालला आहे.

अज्ञानाचा प्रचार करा

नियंत्रित आणि गुलामगिरीसाठी वापरलेली तंत्रे आणि डावपेच लोकांना समजू शकत नाहीत याची खात्री करा. खालच्या सामाजिक वर्गांना दिले जाणारे शिक्षणाचे स्तर शक्य तितके कमकुवत आणि अपुरे असावे. ते असे असावे की खालच्या वर्गाला उच्च वर्गातील अज्ञानाची दरी गाठणे कठिण जावे.

अज्ञानामध्ये माहित नसणे आणि जाणून घेण्याची इच्छा नसणे समाविष्ट असू शकते. दोन्ही अटी जोडल्या जाऊ शकतात. तुम्हांला असे सांगायला कमीपणा वाटू शकतो की तुम्हाला अशा गोष्टींची माहिती नाही. त्यामुळे प्रसंग टाळण्यासाठी तुम्ही म्हणू शकता की तुम्हाला याबद्दल जाणून घ्यायची इच्छा नाही. असे केल्याने तुम्ही समाज आणि राजकीय शक्तीशी संबंधित विषयांपासून पूर्णपणे दूर राहू शकता आणि तुमचे अज्ञान हेडल इन्सपासून दूर ठेवू शकता किंवा ज्ञानाच्या मूल्याकडे दुर्लक्ष करू शकता. तुम्ही 'काहीही बदलणार नाही' आणि 'काहीही करता येणार नाही!' आणि 'काहीही होऊ शकत नाही!' सारख्या गोष्टी दूर करू शकता.

बहुसंख्य लोकसंख्येचे नुकसान करण्यासाठी राज्य आणि भांडवलशाही अधिकारी मानवी कार्यक्रमाचा वापर करू शकतात. आर्थिक संबंधांमध्ये ज्ञान आणि ज्ञानाचे मूल्य यांच्यात महत्त्वाचा फरक आहे. पैशाचा अर्थ काय ? राष्ट्रीय अर्थव्यवस्थेत मजुरी आणि उत्पादकता यांची भूमिका काय आहे ? वितरणाच्या अटी काय आहेत आणि त्या कशा विकसित झाल्या आहेत ? कोणाकडे काय आणि का आहे ? मोठ्या प्रमाणावर बेरोजगारी का आहे आणि त्याचा समाजातील अंतिम क्रम किंवा शक्ती संतुलनावर कसा परिणाम होतो ? विचित्रपणे, शाळा आणि व्यावसायिक टेलिव्हिजनमध्ये या विषयांवर क्वचितच वादविवाद नसलेल्या किंवा विस्कळीत पद्धतीने चर्चा केली जाते. 'यामुळे तुमची नोकरी जाईल !' 'आम्ही आता या सामाजिक पातळीला स्टेंट सहन नाही करू शकत !' आणि आम्हाला रचनात्मक सुधारणांची आवश्यकता आहे ! 'प्रतिस्पर्धा वाढवावी लागेल !' अशा गोष्टी ऐकण्यात येतात. इथे विस्तृत माहिती एक लोकशाहीची गरज असेल (किमान लोकशाहीला मतपेटीत एका अंध अशा मोटार कायद्याप्रमाणे मर्यादीत नाही करायला हवे) तथापि, मीडिया ब्रेनवॉशिंग किंवा नोकरी एकाग्रता, उत्पन्न स्पर्धात्मकता आणि प्रतिष्ठेच्या चिंतांद्वारे असो, खाजगी एंटरप्राइझ लॉबिंग लोकांच्या प्रणालीगत उदासीनतेला प्रोत्साहन देते, जे जवळच्या वातावरणावर लक्ष केंद्रित करते.

सामान्यतेचा प्रचार करणे

अनेक फॅशन आणि पॅटर्न अचानक येत नाहीत. जवळजवळ नेहमीच कोणीतरी त्यांना स्थापित आणि प्रोत्साहन देत असतो. ते सारख्याच आवडी, इच्छा आणि कल्पना तयार करतात. मीडिया सतत काही फॅशन आणि ट्रेंडचे मार्केटिंग करत असतो. त्यापैकी बहुतेक जीवनशैली फालतू, निरर्थक, अगदी हास्यास्पद देखील आहेत. ते लोकांना सांगतात की अशा प्रकारे वागणे ही स्टाइल आहे.

निकषकृत वास्तवामध्ये राहणे, खाणे, मोठ्या प्रमाणात मनोरंजनाच्या संधींचा फायदा घेणे आणि छोट्या छोट्या गोष्टींमध्ये समान असणे समाविष्ट आहे. लोक समान सत्य स्वीकारतात आणि त्यांच्या सहकारी व्यक्तींवर जबाबदारी सोपवतात.

प्रतिकाराबद्दल कमीपणा दाखवून द्या

लोकांना असा विश्वास द्या की ते त्यांच्या दुर्दैवासाठी स्वतःच जबाबदार आहेत आणि त्यांना त्यांच्या बुद्धिमत्तेवर, कौशल्यावर किंवा प्रयत्नांवर प्रश्न करू द्या. अशा प्रकारे, आर्थिक व्यवस्थेविरुद्ध बंड करण्याऐवजी, व्यक्ती स्वतःचे अवमूल्यन करते आणि स्वतःला दोष देते, ज्यामुळे उदासीन स्थिती निर्माण होते. हे कृती दडपण्याच्या उद्देशाने केले जाते आणि कृतीशिवाय कोणतीही क्रांती होत नाही. स्टीफन हेसेल, प्रसिद्ध प्रतिकार सेनानी आणि मानवी हक्कांच्या घोषणेचे सह-लेखक, एका छोट्या पुस्तकात सांगतात, 'रागवा !' त्यांनी आपल्या काळातील भेदभावपूर्ण, समाजविरोधी आणि सत्ताकेंद्रित परिस्थितीवर लक्ष केंद्रित केले. ज्यांनी मानवता आणि सविनय कायदेभंगाचा उपयोग करणाऱ्यांना समर्पित आणि शिक्षित लोकांनी राहणीमानाच्या चांगल्या दर्जाला प्रोत्साहन दिले आहे. अशा मानसिकतेच्या कल्पना मोडून काढण्यासाठी, नागरिकांना कमीपणा वाटेल असे केले जाते, जे त्यांना कार्यशील अभिजात वर्गाच्या दृष्टीकोनातून बचाव करण्याच्या परिस्थितीत पंगू बनवते. त्यांना सांगितले जाते की त्यांच्यातच कमतरता आहे किंवा मानवी अस्तित्व पूर्णपणे खराब आहे. व्यक्ती अहंकारी, स्वार्थी आणि आळशी असतो. तो व्यक्ती हा विचार करीत नाही की तो एक 'चांगला व्यक्ती' आहे. विविध टीव्ही मनोरंजनांमध्ये, सतत संदेश दिला जातो की 'आम्ही आमच्या साधनांच्या पलिकडे राहतो' किंवा सामाजिकदृष्ट्या वंचित लोकांच्या विरोधात सार्वजनिक धोकेबाजीसहीत सामाजिक व्यवस्थेद्वारे निर्माण केलेल्या जीवन परिस्थितीचे अवमूल्यन आणि कायद्यानुसार वागतो. दुःखाच्या वास्तविक

सामूहिक घटकांकडे निर्देशित करण्याऐवजी, येथे निर्माण झालेले वातावरण लोकसंख्येच्या मोठ्या भागाचे मनोधैर्य खचवते कारण की हे त्या सामाजिक स्थितीशी जोडलेल्या सहकारी व्यक्तींबद्दल सामान्य द्वेष वाढवते. हे वातावरण एकात्मतेला विभाजित करते ज्यामध्ये प्रत्येकाला खोटे ज्ञान दिले जाते आणि त्यांना माघार घेण्यास प्रोत्साहित केले जाते जेणेकरून ते विश्वासार्ह आणि तत्काळ वातावरणात साध्य करण्यासाठी तयार होतील.

लोकांबद्दल ते स्वतःला जितके ओळखतात त्यापेक्षा जास्त जाणून घेणे

विज्ञानाने गेल्या काही दशकांमध्ये मानवी जीवशास्त्र आणि मानसशास्त्राविषयी अशी माहिती उपलब्ध करून दिली आहे. पण अजूनही बहुतेकांना हे ज्ञान नाही. लोकांना फक्त थोड्या प्रमाणात डेटा माहीत असतो. दरम्यान, उच्चभ्रू लोकांकडे हा सर्व डेटा असतो आणि ते त्यांच्या इच्छेनुसार तो वापरतात. अज्ञानामुळे समाज नियंत्रित शक्तींच्या नियंत्रणाखाली कसा येतो हे आपण पुन्हा एकदा पाहू शकतो. या माध्यमांवर प्रभाव टाकणाऱ्या डावपेचांचा उद्देश सर्वात प्रभावशाली लोकांना हवे असलेले वातावरण बदलणे हा आहे. ते प्रत्येकाच्या गंभीर विचार कौशल्य आणि स्वातंत्र्यात अडथळा आणतात. पण त्यांना आपली निष्क्रीयपणे हाताळणी करण्यापासून रोखणे हे आपले कर्तव्य आहे. त्यांना शक्य तितके अयशस्वी करणे आवश्यक आहे.

सर्व प्रकारच्या व्यावसायिक प्रचार चुंबकीय लोकसंख्येला सामाजिक परिस्थितींबद्दल संभ्रम आणि व्याकुळ आवस्थेला पोहचवले जाते. मात्र, आदर्श वाक्य

'ज्ञान ही शक्ती आहे' नुसार, ज्यांच्याकडे गमावण्यासारखे सर्वकाही आहे आणि भरपूर संसाधने आहेत, ते यापासून दूर रहाण्यासाठी फारसे काही करत नाहीत. उदाहरणार्थ. थिंक टँक येथे अशी संस्था म्हणून कार्य करते, जो कार्यात्मक अभिजात वर्ग आणि निर्णय घेणाऱ्यांसाठी योग्य अभ्यासाद्वारे लाखो प्राप्त करतात आणि मुख्य कौशल्य निर्माण करतात.

प्रकरण सात

संमोहन आणि डार्क साइकॉलॉजी

आत्म-संमोहन (सेल्फ हिप्नोसिस)

कधीकधी आपल्याला आजच्या बदलत्या जगात पॅटर्नपासून सुटका करून घेण्यासाठी आणि आपली भीती कमी करण्यासाठी काही मदतीची आवश्यकता असते. यासाठी आपण पारंपारिक तंत्रज्ञानाकडे वळले पाहिजे, ज्यात डॉक्टर, सरकारी विभाग इत्यादींचा समावेश आहे. आपण थेरपिस्ट आणि मानसशास्त्रज्ञांशी संवाद साधू शकतो. हे आपण एकटेही करू शकतो. तथापि, काहीवेळा, जेव्हा काहीही उपयोग होत नाही असे दिसते, तेव्हा आपल्याला थोडी अधिक मदत हवी असते, काहीतरी वेगळे असते. अशा परिस्थितीत आपण आत्म-संमोहनाचा (सेल्फ हिप्नोसिसचा) विचार केला पाहिजे. इतर सर्व पद्धती अयशस्वी झाल्यास हे उपयुक्त ठरू शकते.

आत्म-संमोहनासाठी संमोहन चिकित्सक किंवा इतर कोणत्याही प्रशिक्षित व्यक्तीची आवश्यकता नसते. दुसऱ्या शब्दांत, संमोहन तज्ञ ग्राहक देखील आहे. आत्म-संमोहन, संमोहनाप्रमाणे, चेतना आणि आत्म-शोधाचे साधन आहे. हे एक असे माध्यम आहे ज्याद्वारे कोणीही व्यक्ती अचेतन मनापर्यंत पोहोचू शकते. अचेतनाने निर्माण केलेला विचारांचा विद्यमान पॅटर्न बदलण्याच्या उद्देशाने हे जाणूनबुजून केले जाते.

स्व-संमोहन व्यक्तीच्या गरजेनुसार बदलते. या दृष्टिकोनाचे मूलभूत कार्य म्हणजे एखाद्या व्यक्तीला त्याच्या अचेतनच्या खोलीपर्यंत पोहोचण्यास मदत करणे आहे. तुम्हाला जे साध्य करायचे आहे त्याचे प्रतिनिधित्व करण्यासाठी आणि ते स्वीकारण्यासाठी तुम्ही ते नव्याने शिकले पाहिजे.

काही पारंपारिक आत्म-संमोहन वापरांमध्ये हे समाविष्ट आहे:

* धुम्रपान करू नका
* आहारात मदत करा
* तुमची संपूर्ण स्व-प्रतिमा (सेल्फ इमेज) वाढवणे
* टाळणे या प्रवृत्तीला रोखणे
* कोणत्याही भीतीवर मात करण्यास मदत करणे
* स्मृती विकसित करण्यात मदत करणे.

स्टेज संमोहन (हिप्नोसिस)

रंगमंचावर केलेले संमोहन म्हणजे संमोहन चिकित्सा नसते. त्याऐवजी, त्यात मनोरंजनाच्या उद्देशाने संमोहनाचा वापर केलेला असतो. अशा शोमधील संमोहनाची कला प्रेक्षकांना संमोहन ही एक गुप्त आणि रहस्यमय शक्ती आहे असा विश्वास देते. जितका सस्पेन्स आणि थ्रिल असेल तितका शो चांगला होईल. हे ओळखणे आवश्यक आहे की दर्शक जे पाहतो ते संमोहन शक्तीचे शुद्ध आणि रहस्यमय प्रदर्शन नाही. तुम्ही जे पाहता किंवा तुम्हाला जे सांगितले जाते त्यापेक्षा बरेच काही चालू असते, जसे की एक चांगला जादूचा कार्यक्रम.

रंगमंचावर आज्ञांचे पालन करणाऱ्या विषयांवर प्रभाव पाडणे हे शुद्ध संमोहन नाही. ही एक घटना आहे ज्याला समूह किंवा गर्दीची अपेक्षा म्हणतात. हा एक प्रमुख घटक आहे जो क्वचितच दाखवला जातो.

मानसशास्त्रांना माहित आहे की जेव्हा एखादी व्यक्ती गर्दीत किंवा लोकांच्या मोठ्या गटात असते, तेव्हा एखाद्या व्यक्तीच्या कृतींचा अंदाज लावणे, नियंत्रित करणे आणि त्याचे मूल्यांकन करणे खूप सोपे असते. स्टेज अनुरूपता नावाची एक शक्तिशाली शक्ती आहे जी स्टेज हिप्नोटिस्टच्या वरवर पाहता अलौकिक क्षमतांना मोठ्या प्रमाणात बळकट करते.

स्टेजचे विषय फेज अनुरूपतेद्वारे संमोहनतज्ञांचे पालन करण्यास सहमत आहेत. हे संमोहनामुळे नाही तर ते प्रेक्षकांना निराश करू इच्छित नसल्यामुळे. ते अविश्वसनीय हेतूंसाठी संमोहन तज्ञ वापरतात.

तो आदेशांचे पालन करतो, परंतु तो तसे करत नाही कारण तो संमोहनाखाली आहे आणि त्याला पर्याय नाही. ते असे करतात कारण त्यांना जनतेला प्रभावित करायचे आहे

आणि त्यांना हवे तसे न केल्यामुळे गर्दीचा वैयक्तिक अपमान टाळायचा असतो. असे त्याच्या गरजेप्रमाणे न केल्यामुळे होते. मग तो त्यासाठी बदकाप्रमाणे कुडकुडण्यासारखी लज्जास्पद गोष्टी करील. त्याने काही फरक पडत नाही आणि इथे हा मुद्दा नाही आहे.

तो जितका जास्त कुडकुडतो, तितकाच तो विचित्र वागतो, असे दिसते की त्याचे मन नियंत्रित झाले आहे आणि तो संमोहनाखाली आहे. त्यांना विरोध करण्याऐवजी त्यांनी रसिकांच्या आदेशाचे पालन केले तर प्रेक्षक त्यांचे कौतुक करतील आणि स्वीकारतील. खरं तर, संमोहन प्रभावापेक्षा स्टेज अनुरूपता अधिक महत्त्वाची असू शकते. रंगमंचाचा विषय म्हणून काय वाटतं हे मी दोन वेगळ्या प्रसंगी सांगू शकतो.

स्टेज शोमध्ये संमोहनाची भूमिका असते का ? होय, परंतु हे केवळ एका मर्यादेपर्यंतच घडते. मन एकाग्र होण्यासाठी स्टेज शोमध्ये संमोहनाचा वापर केला जातो. संमोहन सहसा उद्देशहीन विचारांना बाजूला ठेवण्यासाठी आणि मानसिकता साफ करण्यासाठी वापरले जाते. स्पष्ट आणि केंद्रित मन ही एक अतिशय शक्तिशाली गोष्ट आहे. याला स्टेज अनुरूपतेसोबत एकत्र केल्यास, संमोहन तज्ञाचे काम बरेच सोपे होते. केवळ शो मनोरंजन आणि जिवंतपणावर ते त्यांची बरीच ऊर्जा केंद्रित करू शकतात. संमोहन म्हणजे मनावर नियंत्रण (माइंड कंटोल) आहे, हे जितके पटवून देऊ शकतील, तितकी कामगिरी अधिक मनोरंजक बनते. परंतु जे प्रदर्शित केले जात असते, ते प्रत्यक्षात घडत नसते.

संमोहन ही एक अशी क्रिया आहे जी खूप मजेदार, शांत आणि मानसिकरित्या ताजेतवाणी करणारी असते. हे एखाद्या आरामदायी मानसिक विश्रांतीसारखे आहे. एक स्टेज विषय म्हणून शोमध्ये हरवून जाणे सोपे आहे कारण तुम्हाला असे वाटते की असे न केल्याने तुम्ही त्यावेळेस असलेल्या मजेदार संमोहन अनुभवापासून दूर जाल. याचा अर्थ असा नाही की तुम्ही निवडलेला व्यक्ती झोपला आहे किंवा त्यांचा मेंदू कोमात गेला आहे. काय होत आहे ते तुम्हाला माहीत आहे. तुम्ही जागृत असल्यास साधारणपणे असल्यापेक्षा तुम्हाला सभोवतालच्या आवाजांबद्दल कदाचित अधिक माहिती असेल. तुम्हाला माहीत आहे की तुम्हाला खरोखर हवे असल्यास तुम्ही लगेच जागृत होऊ शकत होते. पण का ? जर संमोहनतज्ञ तुमच्या सीमांचा आदर करत असेल तर अनुभवात हरवून जाण्यात काही नुकसान नाही.

जेव्हा निवडलेल्या व्यक्तीला त्याच्या कायदेशीर, नैतिक किंवा धार्मिक श्रद्धेच्या

विरोधात असे काहीही करण्यास किंवा बोलण्यास सांगितले जाते, तेव्हा ते एकतर जागे होतात किंवा प्रत्यक्षात संमोहनतज्ज्ञांच्या आदेशांचे पालन करत नाहीत. संमोहन दरम्यान, त्याच अर्थाने आणि वातावरणात जागृत असताना तो सहसा करू शकत नाहीत, असे काहीही करत नाहीत. एका स्टेशो दरम्यान निवडलेल्या व्यक्तीने त्याचे कपडे काढण्यास सुरूवात केली, असा प्रश्न निर्माण झाला की असे अनेकांनी केले होते जितके शक्य होते पण परंतु याने तर मर्यादाच ओलांडली. तिने कपडे उतरवण्याचे नाटक केले परंतु सामाजिकदृष्ट्या स्वीकारार्हतेनुसार त्यांना प्रतिबंधित केले गेले. हिप्नॉटिस्ट स्वतः खूप आश्चर्यचकित झाला आणि त्याला जाणवले की या महिलेला थांबवले पाहिजे. त्याला शो नंतर समजले की त्याने निवडलेली स्त्री व्यावसायाने एक स्ट्रीपर होती.

अनेक हिप्नोथेरपिस्ट स्टेजच्या संमोहनाकडे दूर्लक्ष करीत नाहीत किंवा याचे समर्थन करीत नाहीत. संमोहनतज्ञ आणि संमोहन चिकित्सक या दोन्ही अवस्थांमध्ये खरा विराम असतो. स्टेज संमोहनामध्ये कामगिरीचे तर्क, झोपेची एक बेशुद्ध अवस्था म्हणून संमोहनला प्रस्तुत केले जाते, ज्यामुळे मनावर नियंत्रण ठेवता येते. संमोहनाचा हा चुकीचा दृष्टिकोन आहे. हे संमोहन असामान्य आणि विचित्र असते अशी लोकांची धारणा कायम ठेवते, जसे की ते नसते. तुम्ही बेशुद्ध होत नाहीत, तुम्ही समाधी आवस्थेतला जात नाहीत, तुम्ही तुमचे मनाला नियंत्रीत करीत नाहीत. हिप्नोथेरपिस्ट इतरांना आनंदी, निरोगी आणि अधिक परिपूर्ण जीवन जगण्यास मदत करण्याचा मार्ग म्हणून संमोहनाचा मार्ग वापरणे पसंत करतात. याव्यतिरिक्त, त्यांच्या करमणूक कार्यक्रमांमध्ये, स्टेज संमोहन तज्ञ संमोहनाचा एक मध्यवर्ती आधार म्हणून वापर करतात. हे आता स्पष्ट झाले असेल की दोघांमध्ये किती फरक आहे.

संमोहन कसे अंमलात आणायचे याबद्दल, स्टेज हिप्नोटिस्ट आणि हायप्नोथेरपिस्टमध्ये बराच फरक आहे. स्टेज हिप्नोटिस्ट अनावधानाने मानवतेच्या प्रमाणाचे प्रतिनिधित्व करतो. टेलिव्हिजन चित्रण तसेच, स्टेज शो संमोहन ही एक शक्तिशाली आणि जादूची गोष्ट आहे असा सामूहिक भ्रम कायम ठेवतात. मनाला नियंत्रणात ठेवणाऱ्या गोष्टी म्हणून.

एका आदर्श जगात शिक्षणामध्ये, व्यक्तींना संमोहन म्हणजे काय आणि ते कसे कार्य करते हे शिकवले जाईल. संमोहनाचे महत्त्व आणि फायदे ओळखले जातील आणि ते संस्कृतीत अधिक सामान्य होईल. तथापि, आजच्या जगात असे नाही. जेव्हा संमोहनाबद्दल

लोकांना शिक्षित करण्याचा विचार येतो तेव्हा, संमोहन चिकित्सक हे त्यांचे काम मानत नाहीत, खरे तर सार्वजनिक शिक्षण हे व्यवसायाचे दीर्घकालीन ध्येय असले पाहिजे.

गंमत अशी आहे की हे हिप्नोथेरपिस्ट लोकांना या कलेचे शिक्षण देत नाहीत. स्वतः हिप्नोथेरपिस्टनी लिहिलेली अनेक माहितीपत्रके संमोहन शिक्षणाचे महत्त्व दुर्लक्षित करतात. मला वाटते की अनेक संमोहन चिकित्सक संमोहन 'जादुई' आणि 'गूढ' ठेवतात. कारण अर्थातच, असे केल्याने अधिक ग्राहक वाढतील. यावेळी, स्टेज संमोहनाचा उघडपणे निषेध करणे अकाली ठरेल.

जे त्याच्या शोमध्ये हजेरी लावतात अशा हजारो लोकांना स्टेज हिप्नोटिस्ट दुर्मिळ ठिकाणी भेटतात. स्टेज संमोहन तज्ञांना त्यांच्या उच्च पातळीच्या नियंत्रणाचा विचार करण्यासाठी प्रोत्साहित केले जाते, ज्याचा उपयोग लोकांना संमोहन आणि संमोहन उपचारांच्या फायद्यांबद्दल माहिती देण्यासाठी आणि शिक्षित करण्यासाठी केला जाऊ शकतो. 'कदाचित ते श्रोत्यांना शोच्या शेवटी काय घडले याची आठवण करून देतील' आम्ही आज रात्री खूप छान वेळ घालवला. तुमच्यापैकी प्रत्येकाला असे वाटले पाहिजे की तुम्ही जे पाहिले आहे ते तुम्ही दृढ मनाने काय साध्य करू शकता याचा एक नमुना आहे, असे मला वाटते. मनोरंजनाव्यतिरिक्त, संमोहन सुद्धा तितकेच महत्वाचे आहे जे लोकांचे जीवन सुधारण्यास मदत करते. एक संमोहन चिकित्सक संमोहनाचा वापर करून तुमचे मन अधिक आनंदी, निरोगी आणि अधिक समाधानी जीवन जगण्यासाठी केंद्रित करू शकतो.

सेल्फ हिप्नोसिस आणि स्टेज हिप्नोसिसमध्ये काय फरक आहे ?

संमोहन आणि स्वयं-संमोहन हे थेरपीचे सारखेच प्रकार आहेत. संमोहन थेरपीच्या या पद्धतीचा वापर विशिष्ट ध्येय साध्य करण्यासाठी केला जातो, ज्यामध्ये केवळ विषय (ज्या व्यक्तीला सुधारायचे आहे किंवा उपचारांची आवश्यकता आहे) आणि थेरपिस्ट यांचा समावेश होतो. थेरपिस्ट आणि क्लायंटद्वारा ठरवलेल्या अपेक्षा वैयक्तिक असतात आणि विशिष्ट गरज पूर्ण करण्यासाठी डिझाइन केलेल्या असतात. सत्रे आणि विषय गोपनीय, वैयक्तिक आणि सुरक्षित असतात आणि सुरक्षित वातावरणात आयोजित केले जातात. आपण स्वयं-संमोहन वापरत असल्यास, आपण तेथे का आहात हे समजून घेणे आवश्यक आहे. स्टेज संमोहनाबाबतीत मुख्य फरक स्टेज आहे. हे जनतेचे यश आहे.

हिप्नॉटिस्ट/जादूगाराला तो/ती एखाद्याला काय करायला लावू शकतो हे पाहण्यासाठी पैसे दिलेले असतात. कदाचित त्यांच्या काही मिनिटांच्या प्रसिद्धीशिवाय, 'क्लायंट' किंवा स्टेज प्रॉप्सचा वैयक्तिक हेतू नाही. त्यांची उद्दिष्टे साध्य करण्यासाठी, स्टेज हिप्नोटिस्ट भ्रामक आणि शोषण करणारा देखील असू शकतो. शिवाय, संपूर्ण तंत्राला थोडीशी दिशाभूल आणि अगदी आत्म-भ्रम आवश्यक असतो.

संमोहनाचे (हिप्नोसिस) प्रकार

संमोहनाचे चार प्रमुख प्रकार आहेत जे आजच्या समाजात दुसऱ्या व्यक्तीला संमोहित करण्यासाठी किंवा स्वतःला संमोहित करण्यासाठी वापरले जातात. मानक संमोहन, एरिक्सोनियन संमोहन, एनएलपी संमोहन आणि सेल्फ हिप्नोसिस. संमोहनाचे हे चार प्राथमिक प्रकार आहेत. वापर आणि सरावाच्या दृष्टीने, संमोहनाचे प्रत्येक रूप वेगळे असते. त्यांच्यात काय साम्य आहे ते म्हणजे त्या सर्वांमध्ये संमोहन अवस्थेचा समावेश होतो ज्यामध्ये संमोहन अवस्थेच्या काही रूपात नेले जाते, जसे की उलट मोजणी करणे किंवा एखाद्याची नजर एखाद्या गोष्टीवर स्थिर करणे.

परंपरागत संमोहन

परंपरागत संमोहन हा संमोहनाचा सर्वात सामान्य प्रकार आहे. बऱ्याचदा, अगदी कमी तयारी आणि प्रशिक्षणाने त्याचा सराव केला जातो कारण प्रत्येकजण ते करू शकतो असा समज आहे. पारंपारिक संमोहन हा संमोहनाचा सर्वात सोपा प्रकार आहे असा दावा केला जातो कारण तो साध्या सूचना आणि आज्ञांवर अवलंबून असतो. हे एक प्रकारचे संमोहन आहे ज्याचा प्रचार सामान्यतः सीडी आणि एमपी ३ तसेच संमोहन टेपसह केला जातो. एक कृत्रीम निद्रावस्थेत, संमोहनाचे परंपरागत तंत्र अचेतन मनाशी संवाद साधतात आणि व्यक्तीचे वर्तन, भावना आणि कृतींना नियंत्रित करण्यासाठी प्रत्यक्ष सूचना आणि ऑर्डर वापरते. या आदेशांची उदाहरणे आत्मविश्वास किंवा मद्यपान किंवा धूम्रपान यासारख्या वाईट सवयी सोडण्याबद्दलच्या सूचना असू शकतात. कारण पारंपारिक संमोहन सूचना आणि आदेशांवर अवलंबून असते. म्हणूनच तार्किक आणि विश्लेषणात्मक विचार प्रक्रिया असलेल्या व्यक्तींसाठी हे सहसा पूर्णपणे यशस्वी होत नाही असे मानले जाते. जागरूक मन सूचना आणि सूचनांच्या प्रसारणात हस्तक्षेप करते, संदेशांवर प्रश्नचिन्ह

निर्माण करते आणि अचेतनला ते पूर्णपणे समजू देत नाही. पारंपारिक संमोहन हा स्टेजच्या संमोहनाचा आधार देखील आहे, जो आजच्या समुदायात पार्टीत जाणारे आणि कॉमेडी क्लबमध्ये सहभागी होण्यासाठी सामान्य आहे.

एरिक्सोनियन संमोहन

एरिक्सोनियन संमोहन डॉ. मिल्टन एरिक्सन यांनी विकसित केलेल्या संकल्पनांवर आधारित आहे. संमोहनापासून सावध असलेल्यांसाठी, या प्रकारचे संमोहन विशेषतः उत्कृष्ट आहे, कारण ते स्पष्ट सूचनांऐवजी रूपकांचा वापर करते. रूपके मेंदूला सर्जनशील विचार करण्यास सक्षम करतात, त्यांच्या मदतीने असे निष्कर्ष काढले जाऊ शकतात. ज्यांना पारंपारिक संमोहनाचा अधिक एकतर्फी प्रकार वापरून काढता येत नाहीत. दोन वस्तूंची तुलना आणि विरोधाभास करून रूपक मूलभूत आज्ञा आणि सूचनांपेक्षा अधिक सूक्ष्म पद्धतीने कार्य करतात.

ते मनाला एखाद्या कल्पना किंवा संकल्पनेशी जोडण्यासाठी प्रोत्साहित करतात, बहुतेक वेळा थेट सूचनेपेक्षा अधिक सेंद्रिय मार्गाने, म्हणूनच संशयवादी सहसा पारंपारिक पद्धतीऐवजी या दृष्टिकोनाचा वापर करून संमोहित केले जाऊ शकतात. एरिक्सोनियन संमोहनासाठी आयसोमॉर्फिक आणि इंटरस्पेशल रूपकांचा वापर केला जातो. आयसोमॉर्फिक रूपक एक नैतिक कथा सांगतात, ज्याद्वारे अचेतन मन कथेच्या नैतिकता आणि परिस्थिती किंवा समस्या ज्याच्याशी ते आधीच परिचित आहे यांच्यामध्ये थेट संबंध जोडते. चेतन मनाला गोंधळात टाकणाऱ्या अंगभूत आज्ञांचा वापर करून, रूपकांना छेदणारी रूपके बेशुद्ध मनाला रूपकाच्या संदेशावर प्रक्रिया करण्यास अनुमती देतात.

एरिक्सोनियन संमोहन चिकित्सा अधिक सूक्ष्म अप्रत्यक्ष सूचना वापरते. जागरूक मन अप्रत्यक्ष सूचनांकडे दुर्लक्ष करणे अधिक कठीण असते. चेतन मन त्याच्या सूचना पण पाळत नाही. कारण ते सहसा कथा किंवा रूपकांच्या आधाराने सांगितलेले असते. अप्रत्यक्ष सूचनेचे उदाहरण आहे 'आणि जेव्हा तुम्ही ही कथा ऐकाल तेव्हा तुमचे डोळे थकलेले असतील आणि तुम्हाला ते बंद करावेसे वाटेल कारण लोक डोळे बंद करून आणि मन शांत करून आनंददायी, सखोल विश्रांतीचा अनुभव घेऊ शकतात. खालील परिस्थिती—एक पाच वर्षांचे मूल रात्रीच्या जेवणाच्या टेबलावर काळजीपूर्वक दूधाचा एक ग्लास ठेवते. मुलाचे पालक कठोर आवाजात सक्त आदेश देतात, 'ते सांडू नकोस.' मूल

पालकांकडे पाहते, आडखळते आणि बॉटल खाली सांडते आणि सगळीकडे दूध पसरते. 'मी तुला ते सांडू नकोस असे सांगितले होते ! तुला कधीच समजणार नाही. तू कधीच सुधारणार नाहीस !' पालक रागाने ओरडतात.

अजाणतेपणी जरी असले, तरी ते संमोहनाचे एक उदाहरण आहे. येथे 'सशक्त अधिकृत आवाजाने (पालकांनी) अप्रत्यक्ष सूचनेद्वारे बदललेली स्थिती (समाधी) तयार केली आहे.' हे सांडू नकोस, पुढे काय करावे हे याची स्पष्ट सुचनाच दिली आहे. ('तुला कधीच समजणार नाही, तू कधीच शिकणार नाहीस'). भविष्यात, मुलाने असे केले नाही तरीही पालकांकडून ही आगाऊ-संमोहन सूचना मुलाच्या विकासात व्यत्यय आणू शकतात.

एनएलपी संमोहन

प्रभावी परिणाम देण्यासाठी, एनएलपी संमोहन न्यूरो-लिंग्विस्टिक प्रोग्रामिंग (एनएलपी) ला संमोहनासोबत एकत्र करते. हा एक प्रकारचा मानसोपचार आहे जो वर्तणुकींचा संबंध न्यूरोलॉजिकल प्रक्रियेशी जोडतो. मुळात, आपण जे करू इच्छितो त्याला आपण जे करतो, त्याच्याशी ते जोडते. संमोहन एक अशी पद्धती आहे ज्यात अचेतन मनाने थेट व्यवहार करता येतो. काहीवेळा जाणीव मनाला मागे टाकले जाते, हे दर्शविते की संमोहित व्यक्ती सूचना आणि विचाराप्रति अत्यंत सुबोध आणि जबाबदार बनतो. आत्मविश्वास, आत्मसन्मान आणि सामान्य मानसिक कल्याण यासारख्या समस्यांना तोंड देण्यासाठी स्वयं-संमोहनासह एनएलपी संमोहनाचा वापर केला जातो. एनएलपी संमोहनाचा उपयोग चिंता आणि फोबियावर आणि चिंतांवर मात करण्यासाठी देखील केला जातो. हा संमोहन दृष्टीकोन उत्पादक आहे कारण की भीती किंवा समस्याच्या स्वरूपात समस्येला उलट करण्यासाठी किंवा त्यापासून सुटका करून घेण्यासाठी समान विचार पद्धती वापरते.

होऊ शकते की अँकरिंग हे सर्वात लोकप्रिय एनएलपी तंत्र आहे, आणि कदाचित प्रत्येकाने कधी ना कधी याचा सामना केला आहे. असे एखादे गीत आहे का जे तुम्ही ऐकता तेव्हा तुमच्या भूतकालीन भावना सक्रिय होतात ? तसे असेल तर गाणे त्या भावनांचे अँकर बनले आहे. तुम्ही एनएलपी संमोहनाने ज्या भावना किंवा मानसिक आवस्था पाहिजे असतील, त्यांना अँकर करू शकता. उदाहरणार्थ, तुम्ही तुमच्या कानांना आत्मविश्वासाच्या भावनांशी जोडू शकता.

एखाद्या गोष्टीला तुम्ही घाबरत असाल किंवा स्टेजवर भीती वाटत असेल, तर तुम्ही आत्मविश्वास आणि सामर्थ्यवान वाटण्यासाठी तुमच्या कानाला स्पर्श करू शकता. तुम्ही तंतोतंत आणि सतत (अन्यथा असंवेदनशीलता जाणवेल) अँकर (उदा. तुमच्या उजव्या कानाच्या शीर्षस्थानी स्पर्श करणे) निवडणे आवश्यक आहे. ते त्वरीत आणि अद्वितीय प्रतिसादासाठी अँकर असावे (अन्यथा, प्रतिबद्धता होणार नाही).

फ्लॅश हे अधिक अत्याधुनिक एनएलपी तंत्र आहे. दुसऱ्या शब्दात सांगायचे तर, दोन वर्तनांमधील संबंध दूर करण्यासाठी, सशर्त प्रतिसाद दूर करण्यासाठी याचा वापर केल ा जातो. उदाहरणार्थ, अनेकांना भूक लागल्यावर सिगारेट ओढणे आवडते. कालांतराने, त्यांचा मेंदू भूक लागल्यावर सिगारेटची मागणी करील, आणि जेव्हा त्यांना भूक लागेल तेव्हा त्यांना सिगारेटची इच्छा होईल. हे कनेक्शन काढण्यासाठी फ्लॅशचा वापर केला जाऊ शकतो.

एनएलपी संमोहनात रिसेप्शन नावाची दुसरी पद्धत आहे आणि तिचा एखाद्या व्यक्तीचे आचरण बदलण्यासाठी वापरली जाते. यामध्ये परिणाम स्थापित केला जातो (व्यक्तीचे ध्येय काय आहे), नंतर अवचेतन मनापर्यंत पोहचवले जाते आणि एक ठरावीक वर्तन इतरांसोबत बदलले जाते, जे चेतनेसाठी उपयोगाचे असते, परंतु ध्येय साध्य करण्यासाठी मागील वर्तनापेक्षा जास्त प्रभावी ठरेल.

एनएलपी संमोहनाचे आकर्षण हे आहे की त्याचा फायदा घेण्यासाठी तुम्हाला संपूर्ण कलेत पारंगत होण्याची गरज नाही. तुम्ही याला तुमच्या जीवनात प्रगती करण्यासाठी स्वतः उपयोगात आणू शकता, मग तुम्ही एनएलपी संमोहानाच्या केवळ एका सिद्धांताला किंवा तंत्राला समजता. शिकण्याचे सर्वात सोपे तंत्र म्हणजे अँकरिंग, आणि आम्ही शिफारस करतो की तुम्ही प्रथम ते वापरून पहा. जेव्हा पद्धतीचा उपयोग किंवा वैयक्तिकरित्या किंवा सर्व एकत्र केले जाते, एनएलपी संमोहनाला संमोहनाचा सर्वांत शक्तीशाली प्रकारापैकी समजले जाते.

आत्म-संमोहन(सेल्फ-हिप्नोसिस)

आधीच नमूद केल्याप्रमाणे, वरीलपैकी कोणत्याही प्रकारचे संमोहन वापरून संमोहन स्वतःच केले जाते आणि विश्रांतीची खोल स्थिती प्राप्त होते. संमोहनतज्ञ किंवा संमोहन चिकित्सकाशिवाय, आत्म-संमोहन मनाला आराम देण्यास आणि संमोहन अवस्थेत प्रवेश

करण्यास मदत करते. संमोहन सत्रामध्ये, सूचना आणि आदेश स्वतःहून किंवा सीडी किंवा एमपी ३ द्वारे तयार केले जातात जे तुम्हाला निर्देशित करतात. मार्गदर्शित संमोहन ऐवजी, बरेच लोक आता स्वयं-संमोहनाला पसंती देतात कारण ते त्यांच्या नाजूक आणि प्रभावशाली अचेतन मनाने इतरांवर विश्वास ठेवत नाहीत.

अचेतन संदेश (सब्लिमिनल मेसेज)

तुम्ही बदल करण्याचा प्रयत्न करता तेव्हा तुम्हाला थांबवणारी मर्यादित मूल्ये आहेत परंतु परिणाम मिळत नाहीत म्हणून तुम्हाला ती हटवून त्या जागी नवीन स्थापित करण्याची आवश्यकता असते. ही प्रक्रिया अवचेतन मनाद्वारेच होईल. सर्वात प्रभावी, साधे, उत्पादक आणि आनंददायक तंत्र जे थेट स्त्रोताशी-अचेतन मनाशी संबंधित आहे-म्हणजे अचेतन संदेश.

अचेतन संदेशांचा चांगला अभ्यास केला गेला आहे आणि वेळोवेळी मूलगामी सुधारणा करण्याचा सर्वोत्तम मार्ग असल्याचे मान्य करण्यात आले आहे. हे तंत्र कोणीही वापरू शकतो आणि त्याची कार्यक्षमता, करण्यास सोपे असल्याने ते अत्यंत सामान्य आणि सर्वाधिक अभ्यासले जाते. उच्चभ्रूंनी वापरलेल्या अल्प-ज्ञात रणनीतीद्वारे अचेतन संदेश लाखो लोकांमध्ये लोकप्रिय झाले आहेत.

झोपताना अचेतन संदेश वापरा

झोपेच्या दरम्यान, अचेतन संदेश तुम्हाला लक्षणीयरीत्या सुधारण्यास आणि दीर्घ कालावधीसाठी त्यांच्यासोबत राहण्यास मदत करतील. कमीत कमी प्रयत्नाने, तुम्ही तुमची ६-८ तासांची झोप वैयक्तिक विकास सेमिनारमध्ये बदलू शकता. त्याच्या मदतीने, आपल्या समस्या सोडवा आणि विचारांच्या हानिकारक नमुन्यांपासून सुटका करून घेणे फारच सोपे आहे.

ते मिळवणे अगदी सोपे आहे. तुम्ही तुमच्या दिवसाचा १/३ भाग तुमच्या मेंदूला अचेतन संदेशांच्या संपर्कात आणण्यासाठी सहजपणे घालवू शकता.

अचेतन सिग्नल तुम्हाला पहिल्यापेक्षा अधिक पुढे नेतील ! अशा प्रकारे, तुम्ही सर्वात प्रभावशाली लोकांप्रमाणे अचेतन संदेश वापरू शकता. तुम्ही दैनंदिन बातम्या ऑनलाइन वाचता तेव्हा, तुम्ही हळूहळू तुमचा आत्मविश्वास वाढवू शकता, तुम्ही उत्कृष्ट सामाजिक कौशल्ये विकसित कराल आणि तुमच्या आवडत्या पाई रेसिपी तपासताना

नवीन लोकांशी सहज मैत्री करायला शिकाल. तुमचा ईमेल बॉक्स तपासताना, स्वतःला आनंदी ठेवण्यासाठी प्रोग्राम करू शकता. जेव्हा फेसबुकवरील पोस्ट आवडतात, अशावेळी तुम्ही श्रीमंत होत असल्याचा आशावादी आलेखाची (optimistic money paradigms) कल्पना करू शकता.

हे असे केल्यावर काही क्षणांतच तुम्हाला तुमचे मन आणि शरीरातून तणाव कमी झाल्याचे जाणवेल. तुम्ही स्वतःला शुद्ध विश्रांती आणि चिंतामुक्ततेच्या खोल भावनेत हरवलेले पहाल. अचेतन संदेशांचा वापर करून तुम्ही सर्व सुंदर हेतू पूर्ण करू शकता, याशिवाय, तुम्ही तुमची झोप सकारात्मक भावनेने वाढवू शकता. जेव्हा तुम्ही जागे व्हाल तेव्हा तुम्ही उत्साही आणि ताजेतवाणे असाल. तुम्हाला व्होर्टेक्स परफॉर्मन्स ऑडिओ ल ायब्ररीमध्ये जीवन बदलणारे अचेतन संदेश मिळतील.

तुमच्या संगणकाच्या स्क्रीनवर अचेतन फ्लॅश पहा

अचेतन संदेश दृकश्राव्य आणि दृश्य स्वरूपात देखील व्यक्त केले जाऊ शकतात. अचेतन दृश्य संकेत तुमच्या संगणकाच्या स्क्रीनवर लहान चमकांच्या रूपात दिसतील. तुम्ही दिवसातून काही मिनिटांसाठीच अचेतन संदेशांची ही प्रणाली वापरू शकता. अचेतन संदेशांमध्ये आशावादी पुष्टीकरणे असतात आणि त्यांच्या संपर्कात वारंवार आल्याने आपल्या मेंदूमध्ये एक नवीन तांत्रीक नेटवर्क तयार होईल. या सगळ्याचा एकूण सार असा की तुम्हाला जसे बनायचे होते तसे बनू शकता.

अचेतन दावे तुमची वास्तविकता बनतील आणि शेवटी तुम्ही नेहमी बनू इच्छित असलेली मजबूत व्यक्ती व्हाल. तुमच्या संगणकावर अचेतन संदेश सेट करणे खरोखर सोपे आहे.

दिवसा एमपी ३ अचेतन संदेश प्ले करा

झोपेच्या आधी किंवा झोपेच्या दरम्यान अचेतन संदेश ऐकण्याची शिफारस केली जात असली तरी, दिवसा अचेतन संदेश वापरण्याचे इतर यशस्वी मार्ग आहेत, जेव्हा मन ग्रहणक्षम अवस्थेत असते.

जेव्हा आपण जागृत असतो तेव्हा अवचेतन मन बेशुद्ध सिग्नल्स घेऊ शकते आणि प्रोग्राम केले जाऊ शकते ? पूर्णपणे ! एकदम ! जागृत असताना मेंदू बीटा लहरींसह कार्य करतो, परंतु ताजे ज्ञान अजूनही सुप्त मनामध्ये प्रवेश करू शकते. ताजे ज्ञान सतत

अचेतनात प्रवेश करते. फरक एवढाच आहे की अल्फा आणि बीटा लहरींवर प्रक्रिया करताना आपण अचेतन मनाशी प्रभावीपणे संवाद साधू शकतो. आपल्याला दिवसभर सुप्त मनाशी जाणीवपूर्वक संवाद साधण्याची गरज नाही. आम्ही लक्ष न देता त्याला अचेतन संदेश वापरू देऊ शकतो.

दिवसा अचेतन संदेश वापरण्याचा आणखी एक अत्यंत उत्पादक मार्ग आहे, अचेतन ग्लो व्यतिरिक्त, पार्श्वभूमीत अचेतन एमपी३ ध्यान प्ले करणे. हे करताना तुम्ही स्वयंपाक करू शकता, घर स्वच्छ करू शकता, आरामशीर आंघोळ करू शकता किंवा तुमचा आवडता टीव्ही शो पाहू शकता.

प्रकरण आठ

मन वळवण्याची कला आणि डार्क साइकॉलॉजी

मन वळवणे म्हणजे काय ?

जेव्हा तुम्ही मन वळवण्याचा विचार करता तेव्हा मनात काय येते ? काही लोक प्रचारात्मक जाहिरातींचा विचार करू शकतात जे दर्शकांना विशिष्ट उत्पादन खरेदी करण्यास उद्युक्त करतात. दुसरा कोणी राजकीय व्यक्तीच्या संदर्भात विचार करू शकतो, जो मतदारांना त्याला मत देण्यासाठी राजी करण्याचा प्रयत्न करतो. मन वळवणे ही दैनंदिन जीवनातील एक प्रमुख शक्ती आहे आणि संपूर्ण समाजावर लक्षणीय प्रभाव टाकते. राजकारण, कायदेशीर निर्णय, प्रसारमाध्यमे, बातम्या आणि जाहिराती या सर्व गोष्टी मन वळवण्याच्या सामर्थ्याने आपल्यावर प्रभाव पाडतात आणि प्रभावित करतात.

आपण मन वळवण्यापासून मुक्त आहोत असा विचार करायलाही आपल्याला आवडते. विक्रीच्या पलिकडे पाहण्याची, प्रकरणातील तथ्ये समजून घेण्याची आणि स्वतःच्या निष्कर्षावर येण्याची नैसर्गिक क्षमता आपल्यात असते. काही उदाहरणांमध्ये, हे खरे असू शकते, परंतु मन वळवणारा केवळ एक विक्रेता नाही जो तुम्हाला कार विकण्याचा प्रयत्न करतो किंवा टेलिव्हिजनवरील जाहिरात तुम्हाला नवीनतम आणि उत्कृष्ट उत्पादन खरेदी करण्यास प्रवृत्त करते. मन वळवणे सूक्ष्म असू शकते आणि अशा प्रभावांना आपण कसा प्रतिसाद देतो यावर बरेच घटक अवलंबून असतात.

जेव्हा आपण मन वळवण्याचा विचार करतो तेव्हा नकारात्मक उदाहरणे नेहमी लक्षात येतात, परंतु मन वळवणे ही सकारात्मक शक्ती म्हणून देखील वापरली जाऊ शकते. लोकांचे जीवन बदलण्यासाठी वापरल्या जाणाऱ्या मन वळवण्याची उत्तम उदाहरणे म्हणजे

सार्वजनिक सेवा जाहिराती ज्या लोकांना रिसायकल करण्यास किंवा धूम्रपान थांबविण्यास प्रोत्साहित करतात. पण मन वळवणे म्हणजे नक्की काय ? पेर्लोफ (२००३) च्या मते, मन वळवणे ही एक प्रतिकात्मक प्रक्रिया म्हणून ओळखली जाऊ शकते ज्यामध्ये संवादकर्ता स्वतंत्र आवडीच्या वातावरणात संदेश प्रसारित करून एखाद्या समस्येबद्दलची त्याची मनोवृत्ती किंवा वर्तन इतर लोकांना पटवून देतो.

मन वळविण्याच्या या परिभाषेत, मुख्य तत्त्व खालील आहेत.

* मन वळवणे प्रतीकात्मक आहे, यात वाक्यप्रचार, चित्रे, ध्वनी इत्यादींचा उपयोग केला जातो.

* इतरांना हाताळण्यासाठी जाणीवपूर्वक प्रयत्नांचा समावेश होतो.

* स्वतःचे मन वळवणे महत्वाचे आहे. लोकांना काहीही करण्यास भाग पाडले जात नाही, परंतु त्याऐवजी ते स्वतःसाठी निवडण्यास स्वतंत्र आहेत. शाब्दिक आणि गैर-मौखिक, टेलिव्हिजन, रेडिओ, इंटरनेट किंवा समोरासमोर संपर्काद्वारे आश्वासन देणारे संदेश प्रसारित करण्याचे अनेक मार्ग आहेत.

आजच्या काळातील मन वळवणे वेगळे कसे आहे ?

जरी प्राचीन ग्रीक लोकांच्या काळापासून मन वळवण्याची कला आणि विज्ञान हा आवडीचा विषय असला, तरी आज मन कसे वळवले जाते आणि भूतकाळात ते कसे होते यात मोठे फरक आहेत. रिचर्ड एम. पेर्लोफ यांनी त्यांच्या पुस्तकात हे स्पष्ट केले आहे. मन वळवण्याची गतिशीलताः २१ व्या शतकातील संवाद आणि दृष्टीकोण, हे पाच मुख्य मार्ग ज्यामध्ये सध्याचे मन वळवणे भूतकाळातील मन वळवण्यापेक्षा वेगळे आहे-

आकर्षक संदेशांच्या संख्येत मोठी वाढ झाली आहे. तुम्ही नियमितपणे किती जाहिराती पाहता याचा क्षणभर विचार करा. विविध अहवालांनुसार, सरासरी अमेरिकन प्रौढ व्यक्ती दररोज अंदाजे ३०० ते ३,००० जाहिराती पाहतो. प्रेरक संवाद फारच सहजपणे होतात. दूरदर्शन, रेडिओ आणि इंटरनेट हे सर्व खूप जलद, प्रेरणादायी संदेश पसरवण्यास मदत करतात.

मन वळवणे हा मोठा व्यवसाय आहे. एखाद्या उद्योगात (जसे की जाहिरात कंपन्या, विपणन कंपन्या, जनसंपर्क कंपन्या) सार्वजनिक विश्वास निर्माण करण्याचे उद्दिष्ट असलेल्या व्यवसायांव्यतिरिक्त, इतर अनेक उत्पादने आणि सेवा विकण्यासाठी

मन वळवण्यावर अवलंबून असतात. त्याचा प्रभाव अधिक सूक्ष्म समकालीन आहे. जरी अशा अनेक जाहिराती आहेत ज्या अतिशय स्पष्टपणे पटवून देण्याच्या युक्त्या वापरतात, परंतु बरेच संदेश अधिक सूक्ष्म असतात. उदाहरणार्थ, लोकांना भुरळ घाल ण्यासाठी, जाहिरातदार अनेकदा वस्तू किंवा सेवा खरेदी करण्यासाठी दर्शकांना उद्युक्त करण्यासाठी डिझाइन केलेली अत्यंत तपशीलवार छायाचित्रे तयार करतात. मन वळवणे अधिक गतिमान आहे. ग्राहक अधिक क्लिष्ट आहेत आणि त्यांच्याकडे अधिक पर्याय आहेत, म्हणून विपणकांना त्यांचे आकर्षक माध्यम आणि संदेश निवडताना जाणकार असणे आवश्यक आहे.

आधुनिक मन वळवणे

प्रतकनीस अँड एरोनसन(१९९१) असा युक्तिवाद करतात की पाश्चात्य समाजाचा इतर संस्कृतींपेक्षा मन वळवण्याकडे अधिक कल आहे. तिथले लग्न हे कुटुंब ठरवत नाहीत, तर प्रत्येक जोडप्याच्या ठोस धोरणांवर अवलंबून असतात. व्यापाराचे नियमन करणाऱ्या कम्युनिस्ट देशांच्या विपरीत, ग्राहकांच्या पसंती आणि निवडींची प्रक्रिया जाहिरातदारावर सोडली जाते. वाद हे वंशाचे नेते किंवा धार्मिक अधिकारी सोडवत नाहीत तर वकिलांच्या मध्यस्थीने सोडवले जातात. राज्यकर्ते त्यांच्या जन्मामुळे किंवा त्यांच्या कर्तृत्वामुळे निवडले जात नाहीत, तर त्यामुळे सर्वच निवडणूक प्रचारात मन वळवण्याचा सर्वात मोठा खेळ खेळला जातो. जवळजवळ नेहमीच, सुंदर दिसणारा आणि आकर्षक व्यक्तिमत्त्व असलेला नॉमिनी जिंकतो.

प्राचीन ग्रीक लोकांचा मन वळवण्याचा दृष्टीकोन होता जो अधिक व्याहारीक होता. वादविवाद शिकण्यास मदत करण्यासाठी, एक ग्रीक नागरिक सोफिस्टची नियुक्ती करू शकतो. सोफिस्ट हे प्रवासी प्राध्यापक आणि लेखक होते जे ज्ञानपिपासू होते, किंवा असे म्हणूयात की ते प्राचीन जागतिक पदवीधर विद्यार्थी होते. सोफिस्टांचे असे म्हणणे होते की मन वळवणे ही एक मौल्यवान पद्धत आहे.

त्यांनी विचार केला की वादविवाद आणि चर्चा करण्याच्या प्रक्रियेमुळे वाईट कल्पना उघड होतील आणि लोकांना चांगल्या कल्पना ठळक करण्यास प्रोत्साहित केले जाईल. ते कोणत्या समस्येबद्दल बोलत आहे याची सोफिस्टांना पर्वा नव्हती. खरं तर, चर्चे दरम्यान, सोफिस्ट अनेकदा पक्ष बदलू शकत असत. वस्तुस्थिती उघड होईल असा युक्तिवाद करणे

हा त्यांचा उद्देश होता. मुक्त बाजारासाठी चांगल्या कल्पनांवर त्यांचा विश्वास होता.

आपलं जग असं आहे का ? नाहा-आपण प्रेरक आणि अंमलबजावणीच्या धोरणांवर पूर्वजांच्या तुलनेत अधिक अवलंबून असतो. पण मन वळवण्यासाठी नवा दृष्टिकोन स्वीकारण्यासाठी वाद आणि चर्चेचे स्वरूप घेते का ? असे क्वचितच घडते.

मन वळवण्याची आणि प्रतिकार करण्याची क्षमता आपल्या जीवनातील यशाशी थेट जोडलेली असल्याने, हा विषय शाळेत शिकवला जावा असे तुम्हाला वाटते का ? वर्णमाला किंवा दहा आज्ञा किंवा सीपीआर कसे करावे हे शिकण्याबरोबरच लोकांना पटवून देण्याचे तंत्र शिकले पाहिजे असे तुम्हाला वाटते का. पण आपल्यापैकी किती जणांना मन वळवण्याची दहा तत्त्वे माहीत आहेत ? आपल्यापैकी किती जण परिस्थितीचे विश्लेषण करू शकतात आणि त्यासाठी सर्वोत्तम प्रेरक साधन निवडू शकतात ? आपल्यापैकी किती जणांना माहित आहे की दररोज कोणीतरी आपल्यावर प्रभाव टाकतो ? तुमच्या घरातील सामानावर एक नजर टाका, तुम्हाला घरात दिसणारी प्रत्येक गोष्ट ट्रॉफी वाटेल, जी कंपन्यानी एकमेकांवर केलेली मात दिसेल. त्यांनी तुमच्या कष्टाच्या पैशाने त्या वस्तू विकत घेण्यास पटवून दिले आहे. शेवटी, ते हे कसे करू शकले ? त्यामुळे गोंधळून जाऊ नका. आपल्या संस्कृतीत सत्तेचे एजंट कार्यरत आहेत. ते तुम्हाला विचार करायला ल ावतात आणि तुम्ही अशा गोष्टी कराव्यात अशी त्यांची इच्छा असते. हे तेच लोक आहेत जे प्रभावाच्या शिखरावर राहतात.

बऱ्याच लोकांना एकतर या घटकांची माहिती नसते किंवा त्यांना माहिती असली तरीही ते निर्णय घेण्याच्या स्वातंत्र्याला जास्त महत्त्व देतात. परंतु प्रभावीत करणाऱ्या चांगल्या एजंटला हे माहित आहे की जर त्याने परिस्थिती हाताळली आणि योग्य प्रक्रिया निवडली, तर त्याच्या तंत्राचा प्रतिसाद तितकीच विश्वसनीय असेल, जितकी की माउसट्रॅ पची स्प्रिंग असते.

मन वळवण्याचे तंत्र

मन वळवण्याचा अंतिम उद्देश आपल्या लक्ष्यास यासाठी प्रोत्साहीत करणे की तो हा खात्रीशीर दावा आत्मसात करील आणि त्याच्या मूळ मूल्य प्रणालीचा भाग म्हणून नवीन दृष्टिकोन स्वीकारणे असते. अत्यंत कार्यक्षम मन वळवण्याची काही तंत्रे खालीलप्रमाणे आहेत. यामध्ये प्रोत्साहन, शिक्षा, सकारात्मक किंवा नकारात्मक कौशल्याचा वापर आणि इतर दृष्टिकोन यांचा समावेश आहे.

गरज निर्माण करा

गरज निर्माण करणे किंवा आधीच स्थापित केलेल्या गरजेसाठी आवाहन करणे हे एक प्रकारचे मन वळवणे आहे. मन वळवण्याची ही पद्धत एखाद्या व्यक्तीला निवारा, स्नेह, आत्मसन्मान आणि आत्म-वास्तविकता या मूलभूत गरजांना आकर्षित करते. जाहिरातदार त्यांच्या मालाची विक्री करण्यासाठी या तंत्राचा वापर करतात. उदाहरणार्थ, लोकांना आनंदी, निरोगी, आदरणीय किंवा प्रशंसा मिळण्यासाठी एखादे विशिष्ट उत्पादन विकत घेणे आवश्यक आहे असे किती जाहिराती सांगतात याचा विचार करा.

सामाजिक गरजांना आकर्षित करणे

प्रसिद्ध, प्रतिष्ठित किंवा इतरांसारखे होण्याची गरज आणखी एक अतिशय यशस्वी संमोहन प्रक्रिया आकर्षित करते. दूरचित्रवाणी जाहिराती या प्रकारच्या मन वळवण्याची अनेक उदाहरणे देतात, जिथे दर्शकांना या आशेने वस्तू विकत घेण्यास प्रवृत्त केले जाते की यामुळे ते प्रसिद्ध किंवा प्रशंसनीय कोणीतरी बनतील. टेलीव्हिजन जाहिराती हे मन वळवण्याच्या जाहिरातीचे एक उत्तम उदाहरण आहे. काही अहवाल सांगतात की अमेरिकन सरासरी दरवर्षी १,५०० ते २,००० तास टेलिव्हिजन पाहतात.

भारी प्रतिमा आणि शब्दांचा वापर करा

मन वळवण्यामध्ये कधीकधी भारी शब्द आणि चित्रांचा वापर केला जातो. जाहिरातदारांना सकारात्मक शब्दांची ताकद माहीत असते, म्हणूनच 'नवीन आणि सुधारित' किंवा 'सर्व नैसर्गिक' सारखी वाक्ये अनेक जाहिरातदार वापरतात.

बोट धरल्यावर हात धरणे

'बोट धरल्यावर हात धरणे' हे धोरण लोकांना विनंतीचे पालन करून घेण्याचा आणखी एक प्रभावी मार्ग आहे. मन वळवण्याच्या या तंत्रामध्ये एखाद्या व्यक्तीला एखादी छोटीशी वस्तू खरेदी करण्यास सांगितले जाते आणि नंतर मोठी विनंती. यासारख्या छोट्या विनंतीस सहमती देणे समाविष्ट आहे. अर्जदाराने आधीच दारात पाऊल ठेवलेले असते आणि त्या व्यक्तीकडून मोठ्या विनंतीचे पालन करण्याची अधिक शक्यता असते.

उदाहरणार्थ, शेजारची एक स्त्री तुम्हाला तिच्या दोन मुलांची एक किंवा दोन तास काळजी घेण्यास सांगते. जेव्हा तुम्ही छोट्या ऑफरला सहमती देता, तेव्हा ती विचारते की

तुम्ही काही दिवस जुळया मुलांची काळजी घेऊ शकता का.

तुम्ही आधीच लहान विनंतीला सहमती दर्शवली असल्याने, मोठ्या विनंतीलाही सहमती देण्याची जबाबदारी तुम्हाला जाणवेल. मानसशास्त्रज्ञ ज्याला समर्पण कायदा म्हणतात त्याचे हे उत्तम उदाहरण आहे. ग्राहकांना वस्तू आणि सेवा खरेदी करण्यासाठी प्रवृत्त करण्यासाठी जाहिरातदार देखील या तंत्राचा वापर करतात.

प्रथम मोठे नंतर लहान

ही पद्धत फूट-इन-द-डोर तंत्राच्या विरूद्ध आहे. यामध्ये, विक्रेता सरूवातीला मोठी अवास्तव विनंती करू शकतो. ती व्यक्ती नकार देते आणि बोलणी बंद होते त्यानंतर, विक्रेते लहान ऑफर देतात, ज्यामुळे व्यक्तीला अशा ऑफरला प्रतिसाद देणे भाग पडते. त्यांनी सरूवातीची विनंती नाकारल्यामुळे, लोक सहसा छोट्या विनंतीला सहमती देऊन विक्रेत्याला मदत करण्याची मानसिकता बाळगतात.

परस्पर शक्तीचा उपयोग करणे

जेव्हा लोक तुमच्यावर उपकार करतात तेव्हा तुमच्यावर ती परतफेड करण्याची नक्कीच खूप मोठी जबाबदारी असते. याला पारस्परिकतेचा नियम म्हणून ओळखले जाते, जे दुसऱ्यासाठी काहीतरी करण्याची सामाजिक जबाबदारी असते. जर त्यांनी भूतकाळात तुमच्यासाठी काही केले असेल तर असे होते. तुम्हाला 'अतिरिक्त' किंवा 'सवलत' देऊन ते तुमच्यावर उपकार करत आहेत असे त्यांना वाटते. जाहिरातदार व्यक्तींना सौदा स्वीकारण्यास आणि खरेदी करण्यास भाग पाडण्यासाठी या पॅटर्नचा वापर करू शकतात.

तुमच्या सौदेबाजीसाठी एक अँकर पॉइंट तयार करा

अँकरिंग पूर्वाग्रह हा एक सूक्ष्म संज्ञानात्मक पूर्वाग्रह आहे ज्याचा संभाषण आणि निर्णयांवर जोरदार प्रभाव पडतो. एखाद्या निर्णयापर्यंत पोहोचण्याचा प्रयत्न करताना, तुमचा पहिला मुद्दा त्यानंतरच्या सर्व चर्चेसाठी अँकरिंग पॉइंट बनतो. जर तुम्ही वाढीव वाटाघाटी करण्याचा प्रयत्न करत असाल, तर प्रथम क्रमांक प्रस्तावित केल्याने संभाव्यतः तुमच्या बाजूने वाटाघाटी होऊ शकतात. विशेषतः जर ती संख्या थोडी जास्त असेल. तो पहिला क्रमांक प्रारंभ बिंदू होईल. तथापि, तुम्हाला तो पगार मिळणार नाही कारण असे केल्याने तुमच्या नियोक्त्याला त्यांचा जास्तीत जास्त पगार देण्यास भाग पाडू शकतात.

आपली उपलब्धता कमी करणे

१९८४ च्या सर्वाधिक विकल्या गेलेल्या पुस्तकात, मानसशास्त्रज्ञ रॉबर्ट सियालदिनी यांनी प्रभावाच्या सहा संकल्पना मांडल्या होत्या. त्यांनी परिभाषित केलेल्या मुख्य संकल्पनांपैकी एक म्हणजे एखाद्या गोष्टीची उपलब्धता नसणे किंवा प्रतिबंध करणे. सियालदिनीच्या मते, जेव्हा एखादी गोष्ट दुर्मिळ होते, किंवा त्याची उपलब्धता कमी होते, तेव्हा ती अधिक महत्त्वाची बनते. जर लोकांना वाटत असेल की हा शेवटचा नुमना आहे किंवा तो लवकरच संपणार आहे, उदाहरणार्थ, एखाद्या दुकानात विशिष्ट डिझाईनचे कपडे मर्यादित असतील तर ते खरेदी करण्याची अधिक शक्यता असते.

प्रेरक संदेशांकडे लक्ष दण्यात वेळ घालवणे

वरील उदाहरणे ही सामाजिक मानसशास्त्रज्ञांनी वर्णन केलेल्या मन वळवण्याच्या काही पद्धती आहेत. दैनंदिन जीवनात तुम्ही आणखी उदाहरणे पाहू शकता. अर्धा तास आवडता टीव्ही शो पाहणे हा एक मनोरंजक प्रयोग असू शकतो. शिवाय, तुम्हाला कोणत्याही प्रकारच्या जाहिराती लक्षात ठेवायच्या आहेत. इतक्या कमी कालावधीत वापरलेली प्रेरक तंत्रे तुम्हाला आश्चर्यचकित करू शकतात.

प्रकरण नववे

नजरबंदीची कला आणि डार्क साइकॉलॉजी

फसवणूक म्हणजे काय ?

फसवणूक म्हणजे दुसऱ्याला अशा गोष्टीवर गोष्टीवर विश्वास ठेवायला लावणे ज्या वास्तवात नसतातच.

विविध संशोधनातून असे दिसून आले आहे की व्यक्ती दिवसातून अनेक वेळा सरासरी खोटे बोलतात, अगदी खरे बोलणारे लोकही तसे करतात. ते कधीकधी फारच छान खोटे बोलतात 'मी तुला कधीच फसवले नाही !' परंतु बहुतेक ते लहान लहान खोटे बोलत असतात. 'तुमचा ड्रेस चांगला दिसतो' ज्याचा उद्देश एखाद्याला एखाद्या विचित्र परिस्थितीत अडकवण्यासाठी किंवा इतरांना बरे वाटण्यासाठी असतो.

फसवणूक नेहमी इतर लोकांकडून होत नाही तर आपण स्वतःशी देखील खोटे बोल तो. स्वतःशी खोटे बोलणे सहसा नकारात्मक मानले जाते, परंतु काही तज्ञांचा असा युक्तिवाद आहे की काही फसवणूक ही स्वतः ची फसवणूक आहे जी तुमच्यावर सकारात्मक परिणाम करू शकते. जुगार गमावण्याची खात्री असतानाही तुम्ही जिंकू शकता असा विचार करणे म्हणजे स्वतःची फसवणूक असते.

अनेक वर्षांपासून, संशोधक खोटे पकडण्याची पद्धती शोधत आहेत. यापैकी एक पॉलिग्राफ चाचणी आहे, जी दीर्घ काळापासून वादग्रस्त आहे. संशोधनात असे दिसून आले आहे की या आणि इतर मोठ्या प्रमाणावर वापरल्या जाणाऱ्या पद्धती असामाजिक व्यक्तिमत्व विकार (Anit-social Personality Disorder) सारख्या मानसिक स्थितीसह अचूक परिणाम देत नाहीत.

खोट्याचा जीवनात काही कार्यात्मक हेतू आहे का ? मानसशास्त्रज्ञांच्या मते, संपूर्ण सत्य प्रकट केल्याने काही परिस्थितींमध्ये संभाव्यतः तुम्हाला मागे टाकता येईल. इतकेच नाही तर अभ्यास संशोधन दर्शवते की खोटे बोलणे तुम्हाला वाटते त्यापेक्षा जास्त सामान्य आहे. डॉ. बेला डीपॉलो यांच्या नेतृत्वाखालील संशोधनात असे आढळून आले की लोक दिवसातून सरासरी दोनदा खोटे बोलतात. आठवड्यातून एकदा समोरासमोर बोलत असताना सरासरी व्यक्ती दर तीनपैकी एका व्यक्तीशी खोटे बोलते. मान्य करा किंवा करू नका, आपण असे एक जग निर्माण केले आहे जिथे आपण नेहमी सत्य बोलून प्रगती करू शकत नाही. खरं तर, खोटे बोलल्याने तुमच्या सभोवतालच्या लोकांशी संपर्क साधणे सोपे होते. संशोधन निष्कर्ष सिद्ध करतात की व्यक्ती नियमितपणे इतरांच्या फायद्यासाठी खोटे बोलतात.

डीपाउलोने शोधून काढले आहे की इतरांच्या फायद्याशिवाय इतर कोणत्याही कारणाशिवाय खोटे बोलणे खूप सामान्य आहे. पुरुषांच्या तुलनेत असं स्त्रींया अधिक करतात. तिची प्रतिष्ठा वाढवण्यासाठी ती अधिक खोटे बोलत असल्याचे आढळून आले आहे. किंबहुना, दोन पुरुषांमधील संभाषणात सहसा स्वतःबद्दल बोलल्या गेलेल्या गोष्टी आठ पटीने खोट्या असतात.

जे थोडे सफेद खोटे बोलतात त्यांना खोटे बोलल्यामुळे मदत होते. जर्नल ऑफ मार्केट रिसर्चच्या एप्रिल २०१२ च्या आवृत्तीमध्ये प्रकाशित झालेल्या एका अभ्यासात असे आढळून आले की ज्या व्यक्तींशी खोटे बोलले गेले त्यांच्याकडे नंतर अधिक करूणा आणि उदारतेने पाहिले गेले.

ज्या सहजतेने आपण एकमेकांना फसवतो आणि खोटे बोलण्याची लोकप्रियता अप्रामाणिकपणाला आपल्या संस्कृतीचा एक पैलू बनवते, ज्याकडे दुर्लक्ष केले जाऊ नये आणि ती कधीही संपणार नाही. बहुतेक लोक यशस्वी होण्यासाठी खोटे बोलतात का ? बहुतेक खोटे वैयक्तिक फायद्यासाठी बोलले जात नाही. शिवाय, तुमच्या व्यावसायिक आणि वैयक्तिक आयुष्यात वारंवार खोटे बोलणे तुम्हाला नक्कीच त्रासदायक ठरते.

कुणालाही दिशाभूल करायला आवडत नाही आणि जेव्हा सार्वजनिक व्यक्ती खोटे बोलत असल्याचे उघड होते तेव्हा तो एक मोठा घोटाळा बनू शकतो. तथापि, बरेच लोक त्यांच्या प्रामाणिकपणाचा अभिमान बाळगतात आणि त्यांच्यापासून स्वतःला वेगळे करण्याचा प्रयत्न करतात, जे सहज खोटे बोलतात. तथापि, वस्तुस्थिती अशी आहे की प्रत्येकजण खोटे बोलतो.

खरं तर, काही तज्ञ म्हणतात की स्थिर, कार्यरत समुदाय ठेवण्यासाठी फसवणूक काही प्रमाणात योग्य असू शकते. पुर्वेकडील नैतिकतावादी आणि धर्मशास्त्रज्ञांनी फसवणुकीचा पद्धतशीर अभ्यास केला, परंतु अलिकडेच, मानसशास्त्रज्ञांनी लोक खोटे का बोलतात आणि कोणत्या परिस्थितीमुळे त्यांना असे करण्यास प्रोत्साहित केले जाते याकडे त्यांचे लक्ष वेधले आहे.

केस रिसर्च स्टडी-प्रकरण अभ्यास संशोधन

मांसाहारी लोक शाकाहारींपेक्षा जास्त अहंकारी असतात का ? गोंधळलेल्या परिस्थितीमुळे स्टिरिओटाइपिंग सुलभ होते का ? जेव्हा आपल्या जवळचे लोक पुरस्कार जिंकतात तेव्हा आपल्याला इतरांपेक्षा हुशार वाटते का ? प्रभावशाली डच मानसशास्त्रज्ञ डायडेरिक स्टेपल यांच्या अभ्यासाने अलिकडेच या आणि इतर मनोरंजक प्रश्नांची उत्तरे दिली आहेत. १९९७ मध्ये ऑनर्ससह पीएचडी केल्यानंतर १५ वर्षांनी स्टेपलने १३० हून अधिक शोधनिबंध प्रकाशित केले आहेत, सोसायटी ऑफ एक्सपेरिमेंटल सोशल सायकॉलॉजीकडून करिअर ट्रॅजेक्टरी पुरस्कार प्राप्त केला आहे आणि त्यांच्या विद्यापीठातील फॅकल्टीचे डीन बनले आहेत. तथापि, २०११ मध्ये त्याच्या विद्यार्थ्यांना असे वाटू लागले आहे की ते कशाचीही नोंद ठेवत आहेत.

त्याच्या विद्यापीठाने त्याच्या किमान ५५ पेपर्सची तपासणी केली होती. यावरून स्टेपल्सने निकालाचा बनाव केल्याचे उघड झाले. यामुळे, अनेक प्रभावशाली वैज्ञानिक नियतकालिकांना माघार घ्यावी लागली. स्टेपल्सने त्याचे नियोक्ते आणि विद्यार्थ्यांची जाहीरपणे माफी मागितली. डॅरेल्ड यांनी एक आठवण प्रकाशित केली. ज्यामध्ये त्यांनी वैज्ञानिक अनुशासनातील अनुशासनाच्या उल्लंघनाचे वर्णन केले आहे. सहकारी मानसशास्त्रज्ञांनी त्याचे वर्णन 'मौल्यवान आणि प्रकट करणारे' असे केले आहे, विशेषतः त्याच्या 'अनपेक्षितपणे सुंदर' अंतिम प्रकरणाचा देखील समावेश होता. तथापि, त्याने हे देखील निदर्शनास आणून दिले की त्यात रेमंड कार्व्हर आणि जेम्स जॉयस यांच्या लेखनातील चोरलेल्या ओळीं आहेत. एक मानसशास्त्रज्ञ जो जागतिक स्तरावर ओळखला जातो, ज्याचे काम न्यूयॉर्क टाइम्समध्ये प्रसिद्ध झाले होते, तो अशा फसवणुकीत कसा पडू शकतो ? आपल्यापैकी बहुतेकांना असे गृहीत धरायला आवडेल की मानसशास्त्रासारख्या वैज्ञानिक क्षेत्रात फसवणूक होणे कायमची नसते. त्याचप्रमाणे हे

शिस्तीच्या कक्षेत असलेल्या बदमाश संशोधकाचे काम असते. तरीही, या समस्येची खरी मुळे खोलवर आणि व्यापक आहेत. हा मुद्दा समकालीन मानसशास्त्राच्या केंद्रस्थानी जातो: अनेक मानसशास्त्रीय संशोधकांनी वास्तविकतेच्या शोधात फसवणूक करणे आवश्यक वाईट म्हणून स्वीकारले आहे.

खालील खात्यांचा विचार करा

बेथ एका मोठ्या शहरी संशोधन विद्यापीठातील दुसऱ्या मानसशास्त्राची विद्यार्थीनी आहे. तिने ऑनलाइन आणि वैयक्तिक परस्परसंवादांमधील असमानतेचा शोध हा विषय होता, तिच्या प्रास्ताविक मानसशास्त्र अभ्यासक्रमासाठी एक पूर्व शर्त म्हणून अभ्यासात भाग घेतला होता. पांढरे लॅब कोट घातलेल्या काही पदवीधर विद्यार्थ्यांनी तिला एका छोट्या क्युबिकलमध्ये नेले, जिथे तिने औषधाच्या इतिहासावर एक छोटासा लेख वाचला आणि चॅट रूममध्ये दुसऱ्या विद्यार्थ्याशी चर्चा केली. जेव्हा तिच्या चॅट पार्टनरने आफ्रिकन अमेरिकन संशोधकाच्या कर्तृत्वावर अविश्वास व्यक्त केला तेव्हा तिला धक्काच बसला. मात्र त्या टिप्पणीकडे दुर्लक्ष करून तिने तिचे काम पूर्ण केले. तिसऱ्या पदवीधर विद्यार्थ्याने तिला दुसऱ्या खोलीत नेले आणि प्रबंध समकालीन वर्णद्वेषावर असल्याचे सांगितले. त्यानंतर बेथला इतर आफ्रिकन अमेरिकन विद्यार्थ्याबद्दल इतर पदवीधर विद्यार्थ्यांच्या नकारात्मक टिप्पण्या आठवल्या. ग्रॅज्युएट डीब्रीफिंग विद्यार्थ्याने तिला अभ्यासाची कार्यपद्धती आणि उद्दिष्टे वाचण्यासाठी काही पेपर दिले आणि तिला पाठवले. बेथला तिच्या अनुभवाबद्दल पश्चात्ताप आणि निराशा वाटली. तिची फसवणूक का झाली ?

वास्तवाच्या शोधात फसवणूक वापरण्यात मूलभूतपणे काहीतरी गडबड आहे. परंतु फसवणुकीने एक प्रमुख भूमिका बजावली आहे, आणि अनेकांचा असा विश्वास आहे की मानसशास्त्रीय विज्ञानामध्ये शतकाहून अधिक काळ एक अविभाज्य भूमिका बजावत राहील. संशोधन अभ्यासात नावनोंदणी करणारा सहभागी हा अभ्यासाच्या विशिष्ट हेतूंबद्दल, संशोधकांनी प्रत्यक्षात मागोवा घेत असलेल्या प्रतिसादांबद्दल आणि निवडलेल्या व्यक्तीची खरी ओळख याबद्दल गोंधळलेला असतो. काही प्रकरणांमध्ये सहभागींना ते संशोधन अभ्यासात भाग घेत असल्याचेही सांगितले जात नाही. मानसशास्त्रात, फसवणुकीची परंपरा कशी वाढली, ती आज कुठे आहे आणि तिच्या सतत वापरात काय समस्या आहेत ?

फसवणुकीसाठी, विविध युक्तिवाद दिले जाऊ शकतात. एक म्हणजे आपल्या

सभोवतालची प्रत्येक गोष्ट फसवी आहे. जाहिराती आणि राजकारण यासारख्या क्षेत्रांमध्ये हे जास्त आहे. समर्थकांचा असा युक्तिवाद आहे की मानसशास्त्रीय संशोधकांना उच्च दर्जावर ठेवण्याची गरज नाही. दुसरे विधान असे आहे की यामुळे निवडलेल्या व्यक्तीचे कोणतेही नुकसान होत नाही. यामुळे त्यांच्या भावना दुखावल्या जातील, पण त्यांचा पाय कापण्यासाठी कोणी कोणाला फसवणूक करायला सांगत नाही. सर्वात सामान्य युक्तिवाद असा आहे की फसवणुकीशिवाय अनेक विश्लेषणे कठीण होतील. उदाहरणार्थ, डॉक्टर रुग्णाच्या श्वासोच्छ्वासाकडे लक्ष न देता श्वासोच्छ्वासाच्या गतीवर लक्ष ठेवतात, तर रुग्णांना त्याबद्दल माहिती नसते. मानसशास्त्रज्ञांनी वर्तनाचे निरीक्षण करणे आवश्यक आहे. प्रयोगशाळेच्या सेटिंगमध्ये नैसर्गिक वर्तनाची प्रतिकृती बनवण्याचा एकमेव मार्ग म्हणून फसवणूक तर्कसंगत केली गेली आहे.

२० व्या शतकाच्या सुरुवातीच्या काळात, फसवणूक हे मानसशास्त्राचे वैशिष्ट्य बनले. अ न्यू हिस्ट्री ऑफ डिसेप्शन इन सोशल सायकॉलॉजीनुसार, १९५० पर्यंत, सोशल सायन्स जर्नल्समधील केवळ १० टक्के पेपर्समध्ये फसव्या तंत्रांचा समावेश होता. १९७० च्या दशकात फसवणुकीचा वापर ५० टक्क्यांहून अधिक झाला होता आणि काही पेपर्समध्ये ही संख्या दोन तृतीयांश अभ्यासापर्यंत पोहोचली होती. हे सूचित करते की सामाजिक मानसशास्त्र अभ्यासात सहभागी झालेल्यांना त्यांच्याकडून लपलेले तथ्य प्राप्त होण्याची ५०-५० पेक्षा जास्त शक्यता होती जी वास्तविक नव्हती किंवा त्यांचे गुप्तपणे शोषण केले जात होते.

फसवणुकीचे समर्थक दावा करतात की ते मोठे गुपिते उघड करण्यासाठी लहान खोट्यांचा आधार घेतात. निवडलेल्या अनेकांनी आक्षेप घेतला नाही. शिवाय, प्रक्रिया सहजपणे अत्याधुनिक नैतिक संरक्षणांसह प्रदान केली जाते. आदर्श जगात फसवणूक टाळली जाऊ शकते, परंतु आपले जग आदर्श नाही, म्हणून समर्थकांचा असा युक्तिवाद आहे की फसवणूक तंत्र वापरल्या गेले पाहिजे. अर्थात, ते कबूल करतात, संशोधक जेव्हा शक्य असेल तेव्हा हाताळणी रोखण्यासाठी त्यांचे सर्वोत्तम प्रयत्न करू शकतात. ते फक्त शेवटचा उपाय म्हणून वापरले पाहिजे. काही प्रकरणांमध्ये, आवश्यक नसलेल्या पर्यायी पद्धती तयार करणे शक्य होऊ शकते. तथापि, शेवटी, माहितीच्या शोधात फसवणूक हे एक महत्त्वाचे साधन आहे.

अमेरिकन सायकोलॉजिकल असोसिएशन या दाव्याचे स्पष्ट समर्थन करते की

वैज्ञानिक प्रगतीमध्ये अप्रामाणिकपणाचा समावेश आहे. मानसिक फसवणुकीशी संबंधित अभ्यासाचा तोपर्यंत उपयोग नाही करीत, जोपर्यंत हे निश्चित होत नाही की भ्रामक तंत्रांचा वापर करण्याचे महत्त्वपूर्ण फायदे आहेत.

फसवणुकीबद्दल एक पुराणमतवादी वृत्ती बहुतेक परिचयात्मक मानसशास्त्रात आहे. उत्तीर्ण ग्रेड प्राप्त करण्यासाठी विद्यार्थ्यांना वर नमूद केल्याप्रमाणे अनेक मनोवैज्ञानिक प्रयोगांमध्ये सहभागी होणे आवश्यक असते. अनेक विद्यार्थ्यांना सुरूवातीला कल्पना नसते की विद्वान, शिक्षक आणि सहकारी विद्यार्थी त्यांना फसवू शकतात. जसजसा अभ्यासक्रम पुढे सरकतो, तसतसे ते शिकतात की २० व्या शतकातील अनेक प्रसिद्ध मानसशास्त्रीय अभ्यास कोणत्या ना कोणत्या फसवणुकीवर आधारित होते. फसवणूक हे एक वैध तंत्र आहे हे सेमिस्टरच्या शेवटी विद्यार्थ्यांना पटवून दिले जाऊ शकते.

समजा एक पदवीपूर्व मानसशास्त्राची विद्यार्थिनी सुट्टीत दरम्यान तिच्या कुटुंबाला भेटायला घरी जाते. प्रवासादरम्यान, एक मित्र एक प्रश्न विचारतो, ज्याचे काही कारणास्तव बरोबर उत्तर देणे ती टाळते. मोठ्या कामांसाठी पाठ्यपुस्तक लेखक आणि प्राध्यापकांकडून फसवणूक नेहमीच न्याय ठरवलेले असते. त्यामुळे माहिती लपवणे, दिशाभूल करणारी माहिती देणे किंवा सत्य चुकीचे मांडणे अशा गोष्टी ती विद्यार्थीनी करू शकत नव्हती का ? शेवटी, जर वैज्ञानिक प्रयोगांमध्ये माहितीच्या शोधात फसवणूक करण्याची परवानगी असेल तर दैनंदिन नातेसंबंधात असे का होऊ नये ? निव्वळ खोटे बोलण्यात नुकसान कुठे आहे ?

एक जुणी कार विक्रेता आणि ग्राहक यांच्यातील संबंध विचारात घ्या. खरेदीदाराने सेल्समनच्या प्रत्येक गोष्टीवर आंधळेपणाने विश्वास ठेवावा का ? कधीच नाही. पण हाच विचार विज्ञान आणि उच्च शिक्षण क्षेत्रात लागू होतो का ? बाजारातील बोधवाक्य 'ग्राहक सावध रहा' असू शकते, परंतु आल्याला प्रयोगशाळेच्या दारावर 'सावध राहा' असे निवडलेल्या व्यक्तीबद्दल करावे लागेल का ? संशोधनात, फसवणुकीमुळे विज्ञान आणि तो अभ्यास करत असलेला समाज यांच्यातील संबंध कमकुवत करतो. संशोधनात सहभागी होताना निवडलेला व्यक्ती जितका अधिक संशयवादी असेल, तितकी त्यांची उपस्थिती वैज्ञानिकदृष्ट्या निरर्थक असेल. आपली फसवणूक होत असल्याची जाणीव होत चाल ल्यावर आपली उत्तरे कमी प्रामाणिक होत जातात. कारण वास्तवात आपल्याला ल पवायचे आहे की आपण काय विचार करतो आणि आपल्याला काय वाटते.

तरीही कदाचित सर्वात महत्त्वाचा मुद्दा असा आहे की विज्ञानावर डिसेप्शनचा प्रभाव नाही. मूळ मुद्दा हा मुळात आपल्या संपूर्ण समाजाच्या आचरणाचा आहे. शास्त्रज्ञांवर पूर्ण विश्वास ठेवल्या जातो. जेव्हा असे विश्वासू लोक फसवणुकीत गुंतलेले आढळतात तेव्हा त्यांचा आणि कदाचित इतर सर्वांवरील आपला विश्वासही कमी होतो.

खोटे बोलणे ही सवय होऊ शकते, जसे की खरे बोलणे. आपण जितके जास्त अप्रामाणिकपणा करू तितके ते आपल्यासाठी अधिक सोपे आणि सवयीचे होत जाते. फसवणुकीची प्रथा प्रयोगशाळेत सुरक्षितपणे असू शकते यावर आपण खरोखर विश्वास ठेवला पाहिजे का ? वैज्ञानिक प्रगतीच्या खोट्या संकल्पनेसाठी आपण सत्याच्या गुणवत्तेशी आणि प्रामाणिकपणाच्या सवयीशी तडजोड करायला तयार आहोत का ? आपण हे मान्य केले पाहिजे की वैज्ञानिकदृष्ट्या स्वीकारलेली फसवणूक ही सत्याच्या शोधाशी मूलभूतपणे विसंगत असते.

प्रकरण-दहा

भावनिक हाताळणीपासून (इमोनशनल मेनिपुलेशन) स्वतःला वाचणे

कधी कधी स्त्री आणि पुरुष, आपण सगळे विरूद्धलिंगाकडे आकर्षित होतो आणि त्यात आनंद घेतो. जोपर्यंत आपण याबद्दल प्रामाणिक आहोत, हा एक मजेदार आणि मस्त खेळ आहे. याचा प्रेमाशी काहीही संबंध नाही हे लक्षात ठेवा. पण का ? कारण मेनिपुलेशन हे एका उद्देशाने केले जाते, पण प्रेम मेनिपुलेट केले जाऊ शकत नाही. आपण प्रेम शोधत नाही, तर ते आपल्याला मिळतं. त्यामुळे प्रेमाचे नाते आपण पवित्र मानले पाहिजे.

दुर्दैवाने, बरेच लोक, नातेसंबंधात किंवा उद्योगात असो, फसवणुकीवर विश्वास ठेवतात. माझ्या तरूणपणाच्या सुरूवातीच्या दिवसांत, मी असे काही वाचले जे माझ्या अचेतनात राहिले. जर तुम्ही स्वतःला विश्वाशी जुळवून घेतले तर यश सोपे होते. याचा अर्थ काय आहे ? याचा अर्थ असा की टेम्परिंग शेवटी व्यर्थ आहे. मेनिपुलेशन आपल्याला अल्पकालीन फायदा मिळवून देण्यास मदत करत असले, पण नंतर कधीतरी त्यामुळे आपले नुकसानच होईल. कारण विश्व मेनिपुलेशनच्या विरोधात आहे. जर आपण वैश्विक प्रवाहाबरोबर गेलो तर आपण आपल्या ध्येयाकडे कमी-अधिक प्रमाणात सहजतेने पुढे जाऊ शकतो. म्हणजे सत्यवादी असण्यात काही गैर नाही ? लौकिक खेळात आपण सर्वजण एक भूमिका बजावतो. आपण फक्त आपली भूमिका ओळखून ती बजावली पाहिजे. म्हणूनच येशू म्हणाला की आपण त्याच्या वधस्तंभावरील पंखांसारखे हलके असावे. याचा

डार्क साइकोलॉजी | 89

अर्थ असा होतो की आपण आपल्या नशिबाचा भाग नसलेल्या इच्छा आणि आकांक्षा सोडल्या पाहिजेत. परंतु आपले दैवी हेतू सहसा आपल्या लहान, स्वार्थी महत्त्वाकांक्षेपेक्षा खूप मोठे असतात.

परंतु आपण इतर लोकांच्या बालिश मेनिपुलेशनपासून स्वतःला आणि आपल्या जवळच्या लोकांनाही वाचवायचे आहे. याकडे दूर्लक्ष करू नका, भावनिक अत्याचार कठीण असते आणि लोकांच्या हृदयावर आणि आत्म्यावर खोल जखमा सोडू शकतात. जेव्हा आपण कठीण परिस्थितीत जातो तेव्हा त्यातून बाहेर पडणे खरोखर कठीण असते. पण हे प्रकरण फार गांभीर्याने घेऊ नका. आपण अचेतन मनाने बरेच काही करतो. कदाचित तुमच्या पत्नीला हे देखील कळत नसेल की ती तुमच्याशी मेनिपुलेट करीत आहे. काही लोक नेहमी तुमचा आत्मविश्वास डळमळीत करण्याचा प्रयत्न करतात, हे लोक तुमच्यात आत्म-शंकेचे बीज पेरण्याचा प्रयत्न करतात. जेणेकरून त्यांचे विचार एकमेव वास्तव आहे असा विश्‍वास ठेवण्यास तुम्हाला भाग पाडले जाईल. त्यासाठी ते मनापासून प्रयत्न करतील. ते तुम्हाला सांगतील की तुम्ही वेडे, असभ्य किंवा वाईट आहात असे प्रत्येकाला वाटते. मग ते तुम्हाला सांगतील की ते तुमच्याबद्दल किती चिंतित आहेत, तुम्ही तुमचे जीवन कसे जगता, तुम्ही तुमचे पैसे कसे खर्च करता, तुम्ही तुमच्या मुलांचे संगोपन कसे करता याविषयी त्यांना किती काळजी आहे. ते म्हणतील की ते सांगतात तसे आपण केले नाही तर तर आपले जीवन असेच वाया जाईल. तुम्ही त्यांच्यावर विश्वास ठेवावा अशी त्यांची इच्छा आहे. वास्तविकता अशी आहे की तुम्हाला या लोकांच्या मदतीची गरज नाही. त्यांना तुमच्यावर लक्ष ठेवायचे आहे. त्यांना तुम्हाला सुधारायचे आहे, असे तुम्हाल सांगत असले तरी वास्तवात तुम्हाला मागे टाकून त्यांना पुढे जायचे आहे. मेनिपुलेशन करणाऱ्या लोकांना तुमची नाही तर स्वतःची काळजी असते. जर तुम्ही मेनिपुलेशन करणाऱ्या लोकांना तुमच्या जीवनात प्रवेश दिला तर तुम्हाला तुमची त्यातून सुटका करून घेणे खूप कठीण जाईल. तुमचा आत्मविश्वास ही एकमेव गोष्ट आहे जी मेनिपुलेशन करणाऱ्या लोकांना तुमच्यापासून दूर ठेवू शकते. इथे तुमच्या जीवनापासून मेनिपुलेट करणाऱ्या लोकांना दूर ठेवण्याचे काही उपाय सांगितले आहेत.

त्यांच्या तावडीत सापडू नका

आपल्यापैकी बहुतेकांना अशा परिस्थितीचा सामना करावा लागतो जेव्हा इतर

आपल्या भावना, समज किंवा वर्तनाला नियंत्रित करण्याचा प्रयत्न करतात. ते आपला गैरफायदा घेतात कारण आपण त्यांचा खरा हेतू ओळखण्यात अयशस्वी ठरतो. ती व्यक्ती तुम्हाला मानसिकदृष्ट्या नियंत्रित करते आणि तुम्ही सापळयात अडकता. हे भावनात्मक मेनिपुलेशन कधी कधी आपल्याला महागात पडते, जेव्हा तुम्ही त्या व्यक्तीच्या प्रभावाखाली काही महत्त्वाचे निर्णय घेता आणि नंतर लक्षात येते की आपण तसे करायला नको होते, पण तोपर्यंत खूप उशीर झालेला असतो.

जेव्हा तुम्ही एखाद्या स्वप्नापेक्षा कमी नसलेल्या नात्यात प्रवेश करता तेव्हा तुम्ही जागरूक असले पाहिजे. तो/ती तुमच्यावर प्रेम, स्तुती आणि आपुलकीचा वर्षाव करते. तुम्हाला असे वाटते की तुम्ही स्वप्नात जगत आहात, जिथे सर्वकाही परिपूर्ण दिसते. ते तुम्हाला तक्रार करण्याची संधी देत नाहीत. तुम्हाला त्याच्यात काही दोष दिसत नाही. काही चुकलं तरी ते रडायला लागतात किंवा वाईट वाटून घेतात. तुम्हाला तीव्र सेक्सचा अनुभव पण मिळेल आणि परीकथेसारखी प्रेमाची भावना प्राप्त होऊ शकते.

प्रेमाच्या वर्षावाने सुरू झालेले नाते आता पूर्वीसारखे नसते. अचानक तुमच्याकडे दुर्लक्ष झाल्यासारखे वाटू लागते. तुम्हाला प्रशंसा, भेटवस्तू आणि स्तुती मिळते, परंतु प्रमाण कमी होते. तुम्हाला असे वाटते की तुमच्यावरील तिचे/त्याचे प्रेम कमी होत चालले आहे किंवा त्यांच्या आयुष्यात दुसरी व्यक्ती असावी. ज्या क्षणी तुम्ही पुढे जाण्याचा निर्णय घेता, तुम्हाला आणखी एक भेट मिळते. तुम्हाला ते वेगळा विचार करू देत नाहीत. अशाप्रकारे तुमच्यावर नियंत्रण ठेवण्याचा प्रयत्न होत असतो. तुम्हाला आश्चर्य वाटेल, बहुतेक वेळा असेच होते, तुम्ही दूर जाण्याचा प्रयत्न करता त्यावेळी तुम्हाला अधिक जवळ केल्या जाते.

थोड्या कष्टानंतर, लोक बहुतेक त्याच्या भक्षकाला नियंत्रित करण्यात यशस्वी होतात. जेव्हा तुम्ही त्यांच्याशी भांडता किंवा स्पष्टीकरणाची मागणी करता तेव्हा ते तसे वागणे थांबवू शकतात. याचे कारण असे की त्याचे आता तुमच्यावर पूर्ण नियंत्रण आहे, त्यामुळे ते तुमचे मन वळवत नाहीत. मॅनिपुलेटर्सचे अनेक भिन्न चेहरे असतात आणि ते समान गोष्ट पूर्ण करण्यासाठी अनेक भिन्न पद्धती वापरू शकतात. ते काहीतरी वचन देऊ शकतात आणि नंतर ते नाकारू शकतात, जेणेकरून तुम्ही स्वतःवर संशय घेऊ लागाल. जेव्हा तुम्ही त्यांना त्यांच्या वचनाची जाणीव करून देण्याचा प्रयत्न करता तेव्हा ते तुम्हाला अपराधीपणाची जाणीव करून देतात. ते वरवरची सहानुभूती दाखवू शकतात आणि खोटे अश्रू ढाळतील. शेवटी आपण त्याच्यावर विश्वास ठेवतो आणि मान्य करतो की आपणच

चुकीचे ऐकले होते. आत्मविश्वास आणि सामर्थ्यवान दिसणाऱ्या अशा हसऱ्या चेहऱ्यांवर तुम्ही विश्वास ठेवू शकत नाही. मेनिपुलेशन करणाऱ्या लोकांत नेहमीच स्वार्थी पक्षपात असतो आणि ते क्वचितच इतर व्यक्तीच्या भावनांची काळजी करतात. ते अशा लोकांच्या शोधतच असतात जे त्यांना महत्त्व देतील आणि त्यांचे मोठेपण मान्य करतील.

शक्य होइल तेव्हा त्यांच्यापासून दूर रहा

मॅनिप्युलेटर्सचे वर्तन सहसा ते ज्या परिस्थितीत असतात, त्यासारखा असतो. उदाहरणार्थ, एक मॅनिपुलेटर एखाद्या व्यक्तीशी उद्धटपणे बोलू शकतो आणि दुसऱ्या व्यक्तीशी पुढच्या क्षणी नम्रपणे वागू शकतो. जेव्हा तुम्ही एखाद्या व्यक्तीला असे वारंवार करताना पाहता तेव्हा तुम्ही त्यांच्यापासून दूर जायला हवे. अशाप्रकारचे वागणे बंद करणार नाही तोपर्यंत तुम्ही त्याच्यापासून दूर रहा. यामुळे तमचे मेनिपुलेट होण्यापासून बचाव होईल.

मॅनिपुलेटरचा शोध घ्यायचा असेल तर एखादी व्यक्ती इतर लोकांसोबत आणि वेगवेगळ्या परिस्थितींमध्ये वेगवेगळी वागते काय हे पाहणे. जरी आपण सर्वजण या प्रकारच्या सामाजिक भेदभावात काही प्रमाण अनुभवत असलो तरी काही मानसशास्त्रीय मेनिपुलेटर जाणीवपूर्वक आणि सवयीने करतात. ते एका व्यक्तीसाठी अत्यंत विनम्र असतात आणि दुसऱ्यासाठी पूर्णपणे उद्धट असतात किंवा एका क्षणी पूर्णपणे बिचारे आणि दुसऱ्या क्षणी आक्रमक असतात. जर तुम्हाला एखाद्या व्यक्तीकडून अशा प्रकारचे वर्तन नियमितपणे दिसून येत असेल तर, अशा व्यक्तीपासून सुरक्षित अंतर ठेवा आणि अगदी आवश्यक नसल्यास त्या व्यक्तीशी संबंध टाळा. आधी सांगितल्याप्रमाणे, क्रॉनिक सायकोलॉजिकल मॅनिपुलेशनची कारणे जटिल आणि खोल असतात. त्यांना बदलणे किंवा जतन करणे हे तुमचे काम नाही.

अशा काही परिस्थिती असतात जेव्हा तुम्ही नात्यातून पूर्णपणे बाहेर पडू शकत नाही. जेव्हा ही व्यक्ती आपल्या विस्तारित कुटुंबातील पालक किंवा सदस्य असते तेव्हा असे होते. जोपर्यंत या व्यक्तीला लक्षणीय हानी किंवा मानसिक नुकसान होत नाही तोपर्यंत, आपण कदाचित दूर जाऊ शकत नाही. प्रथम, आपण ही व्यक्ती कोण आहे हे ओळखले पाहिजे आणि नंतर त्यानुसार आपल्या नातेसंबंधाच्या अपेक्षा बदलल्या पाहिजेत. त्याने तुमच्याकडे लक्ष द्यावं असे वाटत असेल तर प्रथम ही अपेक्षा ठेवणे बंद

करा. जर ते असे व्यक्ती होते ज्यामुळे आपल्याला सल्ला मिळाला आहे, त्याच्या सल्ल्याची तुमच्या आयुष्यात गरज नाही हे ओळखा. तरीही ते सल्ला देत राहिल्यास, त्याबद्दल त्याचे आभार माना आणि त्याचे एका कानाने ऐका आणि दुसऱ्या कानाने सोडून द्या.

ही गोष्ट बारकाईने पाळा आणि त्याबद्दल इतरांना सांगू नका. हा बदल करण्यासाठी तुम्हाला थोडी उर्जा लागेल. याचा त्याला राग येऊ शकतो आणि तुम्हाला ते सहन करावे लागेल. यामुळे तुमच्या जीवनात थोडासा फरक पडू शकतो, तरीही तुमच्या वेळेची मर्यादा निश्चित करा. सासु तुम्हाला नियंत्रणात ठेवणारी असेल आणि तुम्ही तिच्यासोबत दर शनिवारी फिरायला जात असाल, तर महिन्यातील एखाद्या शनिवारी ते टाळा, आणि त्या दिवसानंतर काहीतरी कार्यक्रम तयार करा जेणेकरून तुमचा वेळ चांगला जाइल.

त्याला सांगा की त्याची वागणूक योग्य नाही

मॅनिपुलेटर्सचा सामना करणे नेहमीच कठीण असते, परंतु गुप्त मॅनिपुलेटर्स सर्वात वाईट असतात. सामना केल्यावर, ते काकडीसारखे थंड होतात, परंतु तरीही कठोर आणि अविचल राहतात. त्यांचे सदोष तर्क पाहून तुमची निराशा होईल. त्याच्याशी वाद घाल ताना तुमचा आवाज कमी ठेवणे तुम्हाला कठीण जाते. तुम्ही तर्कहीन दिसायला ल गता आणि ते शांतपणे त्याच्या 'परिपक्वता' च्या आधारावर तुमच्यावर पुन्हा नियंत्रण मिळवण्याचा प्रयत्न करतात.

स्वतःचा बचाव करणे आणि समोरच्या व्यक्तीला हे दाखवणे खरोखर काय चालले आहे, कठीण असू शकते. पण खरा मॅनिपुलेटर त्याचे प्रयत्न सोडणार नाही, जितका तुम्ही स्वतःचा बचाव करण्याचा प्रयत्न कराल तितका तो तुमचे शब्द फिरवत राहील. ल वकरच त्याने फेकलेल्या खोट्या कल्पनांच्या तुम्ही जाळयात अडकलेले पहाल. जर खऱ्या मॅनिप्युलेटरने तुम्हाला अडकले असेल, तर त्यासाठी तुमचे दोन प्रयत्न असायला हवीत, ती म्हणजे त्याचे जाळे फेकून देणे आणि त्यातून बाहेर पडणे. जरी याचा अर्थ सध्याच्या संभाषणातून किंवा मैत्रीतून बाहेर पडणे असू शकते. अपमान करणे, वाद घालणे, आपला स्वभाव गमावणे, इतर व्यक्तीवर फेरफार केल्याचा आरोप करणे किंवा जास्त भावनिक होणे टाळा. जेव्हा तुम्ही बोलता तेव्हा सत्य, वस्तुनिष्ठ आणि शांततापूर्ण विधानावर ठाम रहा.

मेनिपुलेशन करणाऱ्या व्यक्तीशी वागण्याच्या काही पद्धती आहेत ज्यासाठी उच्च प्रमाणात परिपक्वता, संयम किंवा स्वयं-शिस्त आवश्यक असते. होऊ शकतं की तुमच्याकडे

इतके आत्म-संयम नसेल की स्वतःवरील ताबा न गमावता आणि परिस्थिती आणखी बिघडणार नाही अशी प्रतिक्रिया देऊ शकाल. जर असे असेल तर, आपल्या संदर्भात ही बाब मान्य करा आणि वाद टाळण्यासाठी अतिरिक्त पावले उचला (उदाहरणार्थ, एखाद्या मध्यस्थाला चर्चेसाठी आमंत्रित करा किंवा वैयक्तिकरित्या बोलण्याऐवजी ईमेल पाठवा, जेणेकरून आपले म्हणणे काय आहे याचा विचार करायला त्याच्याकडे वेळ असेल.)

माझ्यासाठी, अशा व्यक्तीसोबत असे करणे थोडे चिंताजनक असू शकते, ज्यामुळे आपला स्वतःवरील ताबा गमावू. मी माझा ताबा गमावू शकतो अशा परिस्थितीत सुरक्षित वाटण्यासाठी, मला माझ्यासोबत एका मित्राला आणावे लागले. मला जाणवले की मी एकटा वादाचा सामाना करू शकत नाही. जर मी हे स्वीकारण्यात अयशस्वी झालो असतो, तर मला अनावश्यक चिंतेचा सामना करावा लागला असता. असे लोक आहेत जे काही उणीवांना कमी लेखतात आणि परिस्थिती व्यवस्थीत हाताळू असे भासवण्याचा प्रयत्न करतात. एखाद्या परिस्थितीबद्दल एखाद्याच्या प्रतिक्रियेसोबत तुमच्या प्रतिक्रियेची तुलना करू नका.

ते जे करतात आणि म्हणतात त्याकडे दुर्लक्ष करतात

मेनिपुलेट करणाऱ्या लोकांकडे दुर्लक्ष केले पाहिजे. जेव्हा तुम्ही त्यांना जबाबदार धरण्याचा प्रयत्न करता तेव्हा हे लोक समस्यांवर लक्ष केंद्रित करतात. हे लोक बिनबुडाचे असतात, ते तुम्हाला मदत करण्याचे वचन देतात आणि कधीही मदत करत नाहीत. यामुळे तुम्हाला सतत वाईट वाटते. अप्रामाणिक व्यक्तीशी वागताना तुम्ही सर्वात मोठी चूक करू शकता, ती म्हणजे त्यांना सुधारण्याचा प्रयत्न करणे. त्यांना दुरूस्त करून तुम्ही त्यांच्या खड्ड्यात खोलवर पडता. मेनिपुलेट करणाऱ्या व्यक्ती ते सांगतील ते तुम्ही करावं म्हणून निराशा आणि अनिश्चिततेचा वापर करू शकतात. ते तुम्हाला भावनिक करण्याचा प्रयत्न करतात. ज्या गोष्टी तुम्हाला भावूक बनवतात त्या जाणून घेण्याचा ते प्रयत्न करतील. एकदा त्यांना त्या गोष्टी कळतील तेव्हा ते तुमचे निर्णय मेनिपुलेट करण्यासाठी त्याचा वापर करतील. त्यांच्याकडे पूर्णपणे दुर्लक्ष करणे हा एक चांगला दृष्टीकोन आहे. फक्त त्यांना तुमच्या आयुष्यातून काढून टाका. तुम्ही बॉस, सहकारी किंवा कुटुंबातील सदस्यासारखे त्यांना ताबडतोब काढून टाकू शकत नसल्यास, ते काय करत आहेत याबद्दल नापसंती दाखवू नका आणि आपली कामं चालू ठेवा.

त्यांच्या आकर्षण केंद्रावर हल्ला करणे

मेनिपुलेट करणारे लोक सतत आपल्या विरोधात कार्यरत असतात. ते तुमच्या मित्रांशी मैत्री करतात, त्यांना तुमच्या विरोधात उभे करतात. ते तुम्हाला कसलेतरी प्रलोभन दाखवतील आणि तुम्हाला सतत त्याच्या मागे धावण्यास भाग पाडतील. जेव्हा तुम्हाला ते मिळणार, अशावेळी ते तुमच्यापासून दूर घेऊन जातील. ते नेहमी तुम्हाला मागील घटनेची आठवण करून देतील. मेनिपुलेट करणाऱ्या लोकांना त्यांचे डावपेच तुमच्याविरुद्ध वापरू देऊ नका. त्याऐवजी, बाजू पलटवा. तुमची स्वतःची योजना बनवा आणि त्याच्या कमकुवत बाजूवर हल्ला करा. तुमचे जीवन नरक बनवण्याचा प्रयत्न करणाऱ्या एखाद्या मेनिपुलेट करणाऱ्या व्यक्तीशी तुम्हाला सामोरे जायचे असेल, तुम्ही त्यांच्याकडे कितीही दुर्लक्ष करण्याचा प्रयत्न केला तरी तुमच्याकडे फक्त एकच पर्याय आहे, त्याचे आकर्षण केंद्र शोधणे आणि त्याच्यावर हल्ला करणे. हे केंद्र फसवणूक करणाऱ्या व्यक्तीचे सहयोगी, अनुयायी किंवा अधीनस्थ असू शकते. हे एक उच्च-स्तरीय प्रतिभा किंवा विशिष्ट क्षेत्राचे अत्याधुनिक ज्ञान असू शकते. ते एक नियंत्रित करणारे विशिष्ट संसाधन असू शकते. कोणत्याही प्रकारे, त्याचे आकर्षण केंद्र काय आहे ते शोधा आणि ते तुमचे आकर्षण केंद्र बनवा. यामध्ये त्याच्या जवळच्या लोकांना त्यांचे सहयोगी बनवणे किंवा त्यांची मौल्यवान संसाधने हिसकावणे इत्यादींचा समावेश आहे. यामुळे ते असंतुलित होतील आणि तुमच्या ऐवजी स्वतःचा विचार करू लागतील.

आपल्या निर्णयावर विश्वास ठेवा

तुमच्या आयुष्यासाठी सर्वोत्तम काय आहे हे तुम्हाला इतर कोणापेक्षा चांगले माहीत आहे. प्रत्येक गोष्टीसाठी इतर लोकांचा सल्ला घेण्यासाठी बरेच लोक इकडे-तिकडे जातात. मी माझ्या आयुष्याचे काय करावे ? मी कोणत्या कामात चांगला आहे ? आणि मी कोण आहे ? इतर लोकाना तुमची माहिती विचारणे बंद करा. स्वतःबद्दल खात्री करून घ्या. स्वतःवर विश्वास ठेवा. पराभूत आणि विजेते यांच्यात एक फरक असतो, आणि तो फरक इतर लोकांचे सल्ला ऐकण्याची क्षमता नसून तुमचे स्वतःचे सल्ले ऐकण्याची क्षमता आहे. तुमची स्वतःची मूल्ये तयार करून, तुम्ही फसव्या लोकांना तुमच्या जीवनावर प्रभाव पाडण्यापासून रोखू शकता. तुमचा विश्वास ढाल म्हणून काम करील, मेनिपुलेट करणाऱ्यांना बहिष्कृत करतील आणि त्यांना तुमच्या जीवनापासून दूर ठेवतील.

मिसळण्याचे नाटक करू नका

स्वतः ला पुन्हा एकदा शोधण्याचा प्रयत्न करा. असा एक गैरसमज आहे की सातत्य एक प्रकारचा गुण आहे किंवा उपलब्धी आहे. मेनिपुलेट करणाऱ्यांना तुम्ही त्यांचा अजेंडा पुढे नेण्यात सातत्य ठेवावे, जेणेकरून ते तुमच्यावर विश्वास ठेवू शकतील. दररोज सकाळी ९ वाजता, तुम्ही उठून त्यांच्यासाठी किमान वेतनावर काम करावे अशी त्यांची इच्छा असते. आपण वेळेवर घरी यावे आणि घराची साफसफाई करावी, जेणेकरून त्यांना बरे वाटेल.

सभेच्या ओळी सुसंगत आहेत. कारागृह स्थिर राहील. सातत्याचा म्हणजे मॅनिपुलेटर तुम्हाला चौकटीत कसा फिट बसवतो. ते तुमच्यावर कसे वर्चस्व गाजवतात. शोषण थांबवण्याचा एकमेव मार्ग म्हणजे इतर तुमच्यासाठी जे अडथळे आणण्याचा प्रयत्न करत आहेत त्यावर मात करणे.

स्वतःला फिट करण्याचा प्रयत्न करणे टाळा. त्याऐवजी, वेगळे भासण्याचा प्रयत्न करा. भिन्न राहण्यासाठी प्रत्येक संभाव्य मार्गाने कार्य करा आणि कधीही एकसारखे राहू नका. व्याख्येनुसार, वैयक्तिक वाढीसाठी सातत्य नसणे आवश्यक आहे. सतत बदल-सतत पुनर्निर्माण-आवश्यक आहे.

तडजोड करणे थांबवा

अपराध ही एक भावना आहे जी निरर्थक आहे. पण ते एक चांगले हत्यार आहे. अपराधीपणा हे अशा हत्यारापैकी एक आहे जे आपल्या विरूद्ध हाताळणी करणाऱ्या व्यक्तींद्वारे वापरले जाऊ शकते. ते तुम्हाला भूतकाळातील पराभव आणि छोट्या चुकांची आठवण करून देतील किंवा ते तुम्हाला अतिआत्मविश्वास आणि गर्विष्ठ म्हणतील. प्रत्येक वेळी जेव्हा तुम्हाला स्वतःवर समाधानी किंवा आत्मविश्वास वाटत असेल तेव्हा ते तुमच्या विरोधात वापरतील. एखाद्याला कधीही खूप चांगले म्हणून सांगू नका, त्यांना स्वतः तसे सांगू द्या.

आणखी एक साधन जे तुमच्या विरुद्ध मॅनिपुलेटर्सद्वारे वापरले जाऊ शकते ते आहे संशय. ते तुमच्यामध्ये आत्म-संशयाची भावना निर्माण करतील आणि तुमच्या कौशल्याबद्दल आणि तुमच्या योग्यतेबद्दल शंका निर्माण करतील. त्यांचा सामान्य उद्देश तुम्हाला असंतुलित करणे आहे आणि तुम्ही स्वतःवर संशय घ्यावा अशी त्यांची इच्छा

असते. अनिश्चिततेच्या या परिस्थितीत, मॅनिपुलेटर नियंत्रण मिळवतात. ते तुम्हाला तुमचा विश्वास, तुमची उद्दिष्टे आणि स्वतःशी तडजोड करण्यासाठी ते तुमचे मन वळवण्याचा जास्त प्रयत्न करतात आणि तितकाच त्यांचा प्रभाव वाढत जातो.

उत्तर सोपे आहे-अपराधीपणाची भावना टाळा. आत्म-शंका टाळा. जेव्हा तुमच्या स्वतःच्या जीवनाचा प्रश्न येतो तेव्हा आपण कोणाचे ऋणी नसतो. आपण स्वतः ला आरामदायक वाटण्यास आणि आपल्या कर्तृत्वाचा अभिमान बाळगण्यास पात्र आहात. तुम्ही जे काही करता त्यावर विश्वास आणि आत्मविश्वास असण्यास तुम्ही पात्र आहात. या सर्व विषयांवर तडजोड करणे नैतिक किंवा योग्य नाही. त्याऐवजी हा आत्म-नाशाचा मार्ग आहे.

कधीही परवानगी मागू नका

परवानगीपेक्षा क्षमा मागणे सोपे आहे. मुद्दा असा आहे की आपल्याला नेहमीच परवानगी घेण्यास शिकवले गेले आहे. लहानपणी हव्या असलेल्या प्रत्येक गोष्टीसाठी जणू भीक मागावी तशा गोष्टींची मागणी केली आहे. शाळेत असताना बाथरूमला जाण्यासाठी परवानगी घ्यावी लागायची आणि ठरवून दिलेल्या वेळेत जेवणाची वाट बघायची आणि खेळ खेळण्यासाठी वेळ येण्याची प्रतिक्षा करायची. परिणामी, सगळेचजण परवनगी घेत नाहीत.

जगभरातील कर्मचारी पदोन्नतीच्या प्रतीक्षेत आहेत आणि त्यांच्या बोलण्याच्या संधीची वाट पाहत आहेत. आपली निवड होइल या सवयीने ते सभेत शांतपणे बसतात, उलट बोलायला किंवा हात वर करायलाही ते घाबरतात. जगण्याचा हा आणखी एक मार्ग आहे.

तुम्हाला जे करायचे आहे ते तुम्ही केले तर काय होईल ? तुम्ही खूप चिंताग्रस्त होण्याचे टाळले आणि तुमच्या सभ्यतेने लोकांना सुरक्षित वाटले तर ? त्याऐवजी तुम्ही तुमचे आयुष्य तुम्हाला हवे तसे जगले तर ? या सर्व गोष्टी आहेत ज्या तुम्ही कधीही करू शकता.

मॅनिप्युलेटर्सना असे वाटते की तुम्ही काही काल्पनिक कायदा किंवा आदर्श पाहत आहात जे म्हणतात की तुम्ही अधिकृत व्यक्ती किंवा पक्षाशी सल्लामसलत केल्याशिवाय मुक्तपणे वागू शकत नाही. खरे तर हे आहे की कोणत्याही क्षणी तुम्ही या बंधनाच्या

भावनेकडे दुर्लक्ष करू शकता. आज तुम्ही तुमचे आयुष्य कालच्यापेक्षा खूप वेगळया पद्धतीने जगू शकता. तुम्हाला ठरवायचे आहे.

उद्देशाची अधिक समज विकसित करा

नशिबावर विश्वास ठेवणारी माणसं सहज फसत नाहीत. मेनिपुलेशन करणाऱ्यांना या देशात चांगले दिवस यामुळे आहेत की अनेकजण उद्दिष्टहीन जीवन जगतात. जेव्हा तुमच्या जीवनाला अर्थ उरला नाही, तेव्हा तुम्ही एखाद्या गोष्टीवर विश्वास ठेवाल. तू काही करणार नाहीस आणि खरोखर तो तशाचप्रकारे जगतो.

उद्देश नसलेले लोक फक्त वेळ वाया घालवत असतात. त्यांना कुठे जायचे आहे आणि ते इथे का आहेत हे त्यांना माहीत नसते. म्हणून, ते निरर्थक नोकऱ्या करतात आणि सेलिब्रिटींच्या बातम्या, रिॲलिटी टीव्ही शो आणि इतर प्रकारच्या निरूपयोगी कार्यक्रमाने रिकामे डाके भरवत असतात. निराशाजनक एकाकीपणाची भावना त्यांच्यात निर्माण होण्यापासून रोखण्याचा ते प्रयत्न करीत असतात. हा व्यवसाय आणि रिकामेपण फसव्या व्यक्तींना सामर्थ्य देते.

प्रत्येक मिनिटाला एक मूर्ख जन्माला येतो. जर तुम्ही सतत विचलित असाल, सतत निरूपयोगी माहिती घेत असाल. जर तुम्ही सतत व्यस्त राहण्याचा प्रयत्न करीत असाल, तर तुम्ही मूर्ख आहात. निरर्थक ज्ञान आणि वर्तनासह, मॅनिपुलेटर व्यक्तींचे लक्ष्यरहितपणे निरीक्षण करतात. नशिबाची जाणीव विकसित करणे हा या नशिबातून सुटण्याचा एकमेव मार्ग आहे. नशिब वियोगाला मारतो. या परिस्थितीत, मॅनिपुलेटर तुम्हाला दुखवू शकत नाहीत. तुम्हाला त्यांचा त्रास होऊ शकत नाही किंवा त्याच्यांकडून दिशाभूल नाही होऊ शकत.

नवीन संधींचा पाठपुरावा करत राहा

आपण स्वतःला एकाच ठिकाणी बंदिस्त करावे असे जगाला वाटते. तुम्हाला तुमच्या आजूबाजूच्या लोकांकडून भाडेपट्टी, कार, स्थिर संबंध, एकाकी ऑफिसमध्ये काम करण्यास सांगितले जाते. या सगळ्याचं ओझं तुम्ही आयुष्यभर वाहत रहावं असं त्यांना वाटतं.

आजकाल आशावादी असण्याकडेही तुच्छतेने पाहिले जाते. भूक हे अशक्तपणाचे लक्षण असल्याचेही दिसून येते. तुमच्याकडे जे आहे त्यात तुम्ही स्वतःला समाधानी का नाही ठेवू देऊ शकत. तुम्हाला इतकं लालची का व्हायचे आहे ? जेव्हा तुम्ही अधिकची

इच्छा दाखवता, तेव्हा मेनिपुलेट करणारे तुम्हाला इथेच निवडतात. तो तुम्हाला अहंकारी बनवतो. ते तुम्हाला थंड आणि अस्वस्थ करतात, जसे तुम्ही निर्दयी आणि अमानुष आहात. या प्रकरणाची सत्यता अशी आहे की त्यांना तुम्हाला त्यांच्यासारखे बनवायचे आहे. तुम्ही त्याच नोकरीत राहून उरलेले आयुष्य त्याच ठिकाणी घालवावे अशी त्यांची इच्छा असते. तुम्ही त्यांच्यावर आणि त्यांनी चालवलेल्या प्रक्रियांवर अवलंबून राहावे अशी त्यांची इच्छा असते. स्वतंत्र राहण्याचा एकमेव मार्ग म्हणजे सक्रियपणे नवीन संधी शोधणे आणि निर्माण करणे. नवीन नोकऱ्यांसाठी अर्ज करणे सुरू ठेवा, नवीन कंपन्या सुरू करा, नवीन नातेसंबंध विकसित करणे सुरू ठेवा आणि नवीन अनुभव मिळवत रहा.

मूल होणे बंद करा

तुम्हाला एकदा कोणीतरी फसवले, त्याला लाज वाटली पाहिजे. तुम्हाला दुसऱ्यांदा कोणी मूर्ख बनवले, लाज वाटली पाहिजे. मॅनिपुलेटर्सपासून स्वतःला वाचवा. पंचिंग बॅग बनणे टाळा. तुमच्याबद्दल कोणाला वाईट वाटत नाही, तुम्ही फक्त स्वतःला लाजवता. अप्रामाणिक लोकांना नाही म्हणण्याइतके आत्मभान आणि स्वाभिमान ठेवा.

तुम्ही आयुष्यभर इतरांना दोष देत तुम्ही जगू शकत नाही किंवा तुमची फसवणूक करण्याचा प्रयत्न करत असलेल्या लोकांसोबत तुम्ही अनभिज्ञ राहून जीवन नाही जगू शकत. होय, नकारात्मक आणि दिशाभूल करणारे लोक असतात. आणि हो, हे लोक तुमचा वापर करण्याचा प्रयत्न करतील. तथापि, याचा अर्थ असा नाही की तुम्हाला चुका करण्याचा आणि लोकांकडून फसवल्या जाण्याचा मोफत पास मिळाला आहे.

तुमच्या संमतीशिवाय कोणीही तुमच्यावर नियंत्रण ठेवू शकत नाही. तुम्ही तुमच्या स्वतःच्या यशासाठी आणि पराभवासाठी जबाबदार आहात. जर कोणी तुम्हाला पराभूत करीत असेल तर ती तुमची समस्या आहे, त्याची नाही. जबाबदार बना, आपल्या चुकांमधून शिका. त्याच मॅनिपुलेटर व्यक्तीवर पुन्हा पुन्हा विश्वास ठेवू नका. त्यांना सोडा. त्यांच्यापासून आपले जीवन दूर करा. स्वतःला समविचारी लोकांइतकेच मर्यादित करा जे तुमचा वापर करणार नाहीत.

स्वतःवर डाव लावा

आयुष्यात अशा गोष्टीवर डाव लावा जिला तुम्ही नियंत्रणात ठेवू शकता-ते तुम्ही फक्त तुम्हीच करू शकता. कठीण निर्णय घेण्याची वेळ आल्यावर अनेकजण केवळ बाह्य

घटकांचा विचार करतात. ते एखाद्या परिस्थितीच्या आर्थिक आणि नातेसंबंधातील परिणामांचा विचार करतात. परंतु ते त्यांच्या वैयक्तिक समाधानावर आणि आत्म-मूल्याच्या भावनेवर होणारा परिणाम मान्य करण्यात अयशस्वी ठरतात. परिणामी, खरे तर त्यांनी स्वतःवर डाव लावायला पाहिजे पण ते इतर व्यक्तींवर डाव लावतात. यानंतर त्यांना त्यांच्या अपयशाचे आश्चर्य वाटते.

तुम्ही बाहेरच्या लोकांवर आणि वस्तूंवर पैज लावून स्वतःला ते लोकं आणि वस्तुंच्या हातात सोपवतात. ते तुम्हाला कमजोर बनवते. त्याऐवजी, तुम्ही स्वतःवर डाव लावायला हवा. 'कोणत्याही कठीण परिस्थितीत चांगला माणूस कोण आहे ?' अशाप्रकारचे प्रश्न विचारू नका. किंवा 'कोणता पर्याय यशस्वी होण्याची अधिक शक्यता आहे ?' त्याऐवजी विचारा, मला नेमकं काय करायचे आहे ?' आणि मग बाहेर जा आणि ते काम करा.

उदाहरणार्थ, तुमच्याकडे दोन पर्याय आहेत, तुम्ही एकतर तुमची स्वतःची कंपनी सुरू करू शकता किंवा त्याच नोकरीत पुढे कायम राहू शकता. फक्त पगार थोडा चांगला आहे म्हणून नोकरीत राहू नका. नातं खराब आहे म्हणूनही नोकरी सोडू नका. जेव्हा तुम्ही असे करता तेव्हा तुम्ही बाह्य घटकांवर डाव लावत असता. ही नेहमीच एक त्रुटी असते. स्वतःवर डाव लावणे एक सुरक्षित पद्धत आहे.

स्वतःवर डाव लावल्याबद्दल तुम्हाला कधीही पश्चात्ताप होणार नाही. अर्थात, आपण केलेल्या कोणत्याही चुकांची संपूर्ण जबाबदारी आपल्यालाच घ्यावी लागेल. नक्कीच, तुम्हाला स्वतःला उच्च दर्जावर ठेवावे लागेल. तरीही तुम्ही तुमच्या विजयासाठी पूर्णपणे जबाबदार असाल. तुम्ही प्रगती करीत राहाल आणि कामगिरीच्या उच्च पातळीवर पोहोचाल.

त्यांच्यासोबत भावनिक नाते टाळा

तुम्ही जे काही करता ते मॅनिपुलेटरसाठी चुकीचे असते. तुमच्यात भांडण झाले असेल तर ती चूक तुमची आहे. हे वर्तन तुमच्या भावनांनेसाठी त्रासदायक ठरेल. तुम्हाला रडण्यापासून रागावण्यापर्यंत, संक्षिप्त क्रमाने वाईट आणि बेकार वाटेल. तुम्हाला लाज वाटेल की तुम्ही त्यांना पुन्हा तुमच्यावर वर्चस्व गाजवू दिले. जेव्हा तुम्ही मॅनिपुलेटरला सोडून देता तेव्हा तुमच्या भावना अधिक स्थिर असतात. जीवन एक धाडसी प्रवास आहे. मार्गात अनेकदा अनेकजण विशिष्ट कालावधीसाठी आपल्याला सोबत देण्यासाठी

येतात आणि आपल्या जीवनात त्यांची भूमिका बजावतात आणि निघून जातात. लोकांचे आपल्या संपर्कात येणे जाणे ही समस्या नसते, समस्या तर त्यावेळी निर्माण होते जेव्हा तुम्ही लोकांशी भावनिकरित्या जोडले जाता. तुम्ही विशेषतः भावनिक मॅनिपुलेटरशी संबंध संपल्यावर शक्तीहीन, तणावग्रस्त आणि चिंताग्रस्त वाटता. म्हणून, जर तुम्हाला समाधानी राहून प्रगती करायची असेल तर शक्य तितक्या लवकर भावनीक नात्यापासून दूर रहा. यात काही शंका नाही की काहीजण प्रेरणा देण्याचे कामही करतात. परंतु जेव्हा तुम्ही त्यांच्यापासून दूर असता तेव्हा तुम्ही सावधगिरी बाळगली पाहिजे. नातेसंबंधांचा आपण विवेकपूर्वक वापर करावा. विश्वासार्ह वातावरण निर्माण करण्यासाठी संपर्कात रहा आणि संपर्कात नसलेल्या लोकांच्या संपर्कात रहा. तथापि, त्यांना तुमच्या आयुष्यातून काढून टाकल्यावर तुम्ही तुमच्या प्रगतीसाठी त्यांच्यावर अवलंबून राहू नका आणि आपले आयुष्य थांबवू नये. कारण तिकडे कुठेतरी तुमची प्रतिक्षा करणारं असू शकतं. भूतकाळातील आठवणी मागे सोडून आपण आपल्या मार्गावर पुन्हा चालले पाहिजे.

भावनिक नाते हाताळल्याने तुमची परिपक्वता आणि गांभीर्य पातळी समजते. जे लोक तुमच्यासोबत घालवलेल्या वेळेचा आनंद घेतात, त्यांच्याकडून शिका, त्यांच्यावर प्रेम करा आणि त्यांची काळजी घ्या, परंतु त्यांना तुमचा आधार बनवू नका. अनेकदा ल ोकांना एखाद्याला गमावण्याची भीती वाटते कारण ते एकटे जीवन जगू शकत नाहीत. जर तुमच्याकडे एकटे चालण्याचे धैर्य असेल तर तुम्हाला यापुढे भावनिक नाते जोडण्याची गरज नाही.

नियमितपणे ध्यान करा

तुम्हाला शांतता हवी आहे ? तुम्हाला अधिक लक्ष केंद्रित होण्याची गरज आहे ? तुम्हाला भावनिकदृष्ट्या मजबूत व्हायचे आहे ? जर होय, तर आजच्या वेगवान, उच्च-तंत्रज्ञानाच्या, व्यस्त जगात, ध्यानामुळे अनेकांना हवी असलेली मानसिक स्थिरता मिळू शकते. तुम्हाला तणाव, चिंता किंवा नैराश्य यासारख्या समस्या असल्यास, ध्यान तुम्हाला काही मिनिटांत आराम आणि स्पष्टता प्रदान करू शकते.

नियमितपणे ध्यान करणे प्रत्येकासाठी फायदेशीर असते, तुमच्यासमोर कोणतीही आव्हाने तणाव किंवा नैराश्याची असली तरीही. खरं तर, तुम्ही आत्तापासूनच ध्यान करायला सुरुवात केली पाहिजे ! कालांतराने, ध्यानाचा प्रभाव वाढतो, परंतु तुम्हाला ल गेच आराम आणि शांतता जाणवेल.

ध्यान शरीराला विश्रांतीच्या सखोल अवस्थेत घेऊन जाते आणि तणावाचा सामना करण्यासाठी आवश्यक साधने आणि समर्थन प्रदान करते. मन शांत होते आणि शरीर शांततेच्या अवस्थेत प्रवेश करते. शरीर आणि मन दीर्घ श्वासोच्छवासाचे व्यायाम आणि तंत्राद्वारे आराम करण्यास शिकतात.

स्ट्रेस हार्मोन्सचे हानिकारक प्रभाव ध्यानाच्या मदतीने प्रभावहीन केले जाऊ शकतात. म्हणून पुढच्या वेळी जेव्हा तुम्हाला निराश किंवा चिंताग्रस्त वाटत असेल तेव्हा शांत होण्यासाठी आणि आराम करण्यासाठी तुमच्या श्वासाचा वापर करा. शिवाय, ध्यानासाठी कल्पनाशक्तीची अधिक आवश्यकता आहे. हे एक शक्तिशाली तंत्र आहे जे तुम्हाला तुमचे सध्याचा विचार करण्यास आणि अधिक सकारात्मक, निरोगी भावनिक वातावरण तयार करण्यात मदत करू शकते. ध्यान तुम्हाला आत्मसन्मान विकसित करण्यास, भूतकाळातील आघातातून बरे होण्यास आणि अधिक आनंद अनुभवण्यास मदत करेल. कल्पनाशक्ती केवळ ध्यानादरम्यान तुम्हाला स्थिरता देऊन भावनिक रागाचा सामना करण्यासाठी संसाधने प्रदान करत नाही तर ते तुम्हाला तुमच्या भविष्यासाठी बदल ची योजना बनविण्यात मदत करू शकते. ध्यान तुमचे जीवन बदलेल आणि तुम्हाला इमोशनल मेनिपुलेशनपासून बचाव करण्यास मदत करील.

त्यांना प्रेरणा द्या

चांगले बनण्यास मदत करण्यासाठी, त्या सर्व अनुभवांचा वापर करा, जे तुम्ही शिकलात. तुम्हाला त्यांच्या कृती सुधारण्यात अडचण येत असल्यास, सल्लागाराची मदत घ्या. त्यांच्या सवयी बदलणे खूप कठीण असू शकते आणि होऊ शकतं की तुम्ही ते स्वतः करण्यास असमर्थ असू शकता. एक थेरपिस्ट किंवा मानसशास्त्रज्ञ त्यांना अशा सवयी ओळखण्यात मदत करू शकतात ज्या बदलण्याची आणि त्यांच्या भावनांवर चर्चा करणे आवश्यक आहे. ते त्यांना त्यांच्यासाठी सुरक्षित असलेल्या नवीन पद्धती शिकण्यास मदत करतील.

त्यांना सांगा 'तुम्ही बरोबर आहात'

अशाप्रकारे प्रतिक्रिया द्या, जशाप्रकारच्या तुम्ही त्यांच्या पद्धतीवर देत होते. तुम्हाला एखादी गोष्ट नको असल्यास, नाही म्हणा किंवा तुमच्या मनात काय आहे ते सांगा, जरी

त्यांना ते आवडत नसले तरी. त्यांची प्रतिक्रिया नकारात्मक असेल, म्हणून यासाठी स्वतःल ा तयार करा. हे महत्त्वाचे आहे कारण तुम्ही मॅनिपुलेटरच्या कृती बदलू शकत नाही, परंतु तुम्ही त्यांच्यापासून स्वतःचा बचाव मात्र करू शकाल.

जेव्हा तुम्ही 'नाही' म्हणायला सुरूवात करता तेव्हा असे होते. लोक आपला गैरफायदा घेतात कारण आपण त्यांना तशी परवानगी देतो. त्यांनी आपला गैरफायदा घेऊ नये असे वाटत असेल, तर नाही म्हणणे पहिले पाऊल ठरते. मॅनिपुलेटर जे करतात त्यात ते यशस्वी होतात, म्हणून तुमची प्रतिक्रिया काय आहे याकडे लक्ष द्या. ते हृदयस्पर्शी गोष्टी सांगू शकतात किंवा काहीतरी खूप छान छान करू शकतात. परंतु तुम्ही तुमच्या 'नाही' वर ठाम असले पाहिजे, कारण तुम्ही त्यांचा प्रभाव तुमच्यावर होऊ नये म्हणून पाहिले पाऊल टाकत आहात.

अस्वस्थ संबंध संपवा

विषारी नातेसंबंधातून बाहेर पडण्याचे अनेक मार्ग आहेत. मानसशास्त्रज्ञांनी या विषयावर संपूर्ण पुस्तिका लिहिण्यासाठी पुरेशा लोकांशी सल्लामसलत केली आहे ज्यांना ही समस्या आहे.

विषारी नातेसंबंधातून स्वतःला दूर ठेवण्यासाठी, पहिली पायरी म्हणजे स्वतःला सांगणे की संबंध ठीक नाही. जर तुम्हाला तुमच्या नात्यात अशी चिन्हे दिसली तर ती विषारी आहेत, तर त्यांच्यावर लक्ष द्या. जर तुम्हाला काहीतरी विचित्र वाटत असेल तर त्याला संज्ञानात्मक विसंगती म्हणतात. यापासून तुमचे मनच तुमचे रक्षण करत असते. नातेसंबंधात अशा गोष्टींकडे लक्ष द्या ज्यामुळे तुम्हाला असे वाटते. पहिली पायरी म्हणजे तुमचे नाते विषारी आहे हे ओळखणे. दूर होण्यापुर्वी तुमच्यावर परिणाम करणाऱ्या सर्व गोष्टींची तुम्हाला जाणीव असणे आवश्यक आहे.

भागीदारी हा दुतर्फा रस्ता आहे. नातेसंबंधात दोन पक्ष गुंतलेले असतात, याचा अर्थ सर्व विवाद, संघर्ष आणि कृतींसाठी दोन लोक जबाबदार असतात. तुम्ही फक्त स्वतःला दोष देऊ शकत नाही. नातेसंबंधातील सर्व समस्यांसाठी तुम्ही स्वतःला दोष देत असाल तर तुम्ही स्वतः माघार घ्याल आणि त्यांचे निराकरण करण्याचा प्रयत्न कराल. हे ओळखा की दोन्ही पक्षांना अनेकदा वाईट नात्यासाठी जबाबदार धरले जाते. तुमच्या कृती ओळखा, पण फक्त तुमच्या जबाबदाऱ्या. विषारी नातेसंबंधात, तुम्हाला दुसऱ्याच्या

समस्यांकडे जाण्याची गरज नाही. स्वतःला दोषी ठरवण्याची पण गरज नाही.

नियंत्रित भागीदारापासून कायमचा बचाव करायचा असेल तर त्यांच्यासोबतचा संपर्क तोडा. तुम्ही असे न केल्यास, संपर्कात राहून त्याला दूर ठेवणे कठीण होईल. याचा अर्थ आहे त्या विषारी लोकांना फॉलो करणे, जो आता तुमच्या आयुष्यात नाहीत. त्यांना सोशल मीडियावर शोधणे किंवा त्यांच्या मित्रांकडे त्यांची चौकशी करणे टाळा. सारा न्यूमन, एमए यांच्या मते, जेव्हा लोकांना तुमच्या आयुष्यातून काढून टाकण्याची वेळ येते तेव्हा तुम्ही नेहमी सावधगिरी बाळगून असले पाहिजे. आपण अशा स्थितीत असले पाहिजे जेथे पुढे जाण्यास त्रास होणार नाही, आणि आपण त्यांच्याशी संपर्कात नसल्याच्या संदर्भात तटस्थ रहा.

मारियाना बोकारोवा, पीएचडी, म्हणतात की तुटलेल्या आणि मेनिपुलेशनच्या संबंधातून पुढे जाण्याचा सर्वोत्तम मार्ग म्हणजे बंद करणे. बोकारोवाच्या मते ठराव लोकांना त्यांचे जीवन सुरक्षित आणि सकारात्मक मार्गाने पुनर्बांधणी करण्याची परवानगी देते. विषारी नातेसंबंध सोडण्यात मदत करण्याचा एक मार्ग म्हणजे क्लोजर. बर्याच लोकांसाठी, क्लोजर मनातून यतो, जसे की संबंध कुठे चुकले ते लक्षात ठेवणे. किंवा काही लोक त्या व्यक्तीला पत्र लिहून ते किती विषारी आहेत हे सांगतात. काहीही असो, पुढे जाण्यासाठी ठराव महत्त्वाचा असतो.

कोणतेही अकार्यक्षम नातेसंबंध त्यागणे आणि सोडून देण्यात सर्वात महत्त्वाचे हे असते की तुम्ही कोसळण्याच्या आवस्थेत असता, त्यावेळी तुम्हाला सावरणारे कोणीतरी असावे. सोडून देणे त्रासदायक असू शकते, विशेषतः जर ते दीर्घकालीन असेल तर. मित्र आणि कुटुंबातील सदस्यांशी संपर्क साधा जे अधिक तणावपूर्ण काळात तुम्हाला प्रोत्साहित करण्यात मदत करतील. जेव्हा विषारी नातेसंबंध सोडण्याची वेळ येते तेव्हा साथ देणारे मित्रमंडळी फार उपयोगाची असते. तुमच्यावर सर्वात जास्त प्रेम करणाऱ्या लोकांपर्यंत पोहोचण्यास संकोच करू नका.

एक मजबूत मानसिकता तयार करा

काही विषारी लोक फसवणूक आणि खोटे बोलू शकतात, तर इतर धमक्या आणि कटुता यांचा अवलंब करू शकतात. जर तुम्ही काळजी घेतली नाही तर अशा लोकांचा

तुमच्या आयुष्यावर गंभीर परिणाम होऊ शकतो. तथापि, भावनिकदृष्ट्या तीव्र व्यक्ती फसव्या व्यक्तींशी व्यावसायिक पद्धतीने व्यवहार करतात. ते त्यांना त्यांचा ताबा देत नाहीत आणि टिकून राहतात.

जर तुम्ही तुमच्या भावना ओळखल्या तर त्यामुळे त्यांची ताकद कमी होऊ शकते. त्यामुळे तुम्ही दुःखी, चिंताग्रस्त असाल, जर तुम्हाला निराश किंवा भीती वाटत असेल तर ते मान्य करा, किमान तुम्हाला हे माहित असले पाहिजे. तसेच, तुमच्यावर प्रभाव टाकणाऱ्या भावनांकडे लक्ष द्या. तुमच्या भावना समजून घेतल्यास भावनीक होऊन चुकीचे निर्णय घेण्याची शक्यता कमी होते.

तुमच्या भावना हाताळण्यासाठी तुम्हाला कौशल्याची आवश्यकता असेल. सामना करण्यासाठी तुमच्या विद्यमान कौशल्यांवर लक्ष केंद्रित करा. जेव्हा तुम्ही चिंताग्रस्त असता तेव्हा तुम्ही काही खाता का ? तुम्ही स्वतःला शांत करण्यासाठी काहीतरी थंड पिता का ? जेव्हा तुम्ही अस्वस्थ असता तेव्हा तुम्ही तुमच्या मित्रांसोबत शेअर करता का ? जेव्हा तुम्ही काळजीत असता तेव्हा तुम्ही घरीच असता का ? या लोकप्रिय तंत्रांमुळे तुम्हाला तात्पुरते बरे वाटू शकते, परंतु यामुळे दीर्घकाळ तुम्हाला वाईट वाटेल.

सामना करण्यासाठी कौशल्ये शोधा जी तुम्हाला दीर्घकाळात मदत करतील. लक्षात ठेवा एकच नियम सर्व लोकांना लागू होत नाही. आपण आपल्या भावनांवर नियंत्रण कसे ठेवू शकता हे शोधण्याचा प्रयत्न करा. वेगवेगळया गोष्टी वापरून पहा, जसे की दीर्घ श्वास, व्यायाम, ध्यान, वाचन, चित्रकला आणि निसर्गात वेळ घालवणे ही काही तंत्रे मदत करू शकतात.

भावनांचा तुमच्या विचार करण्याच्या पद्धतीवर परिणाम होतो. 'मी ते सहन करू शकत नाही' किंवा 'मी एक मूर्ख आहे' यासारखी वाक्य बोलल्याने तुमची मानसिक शक्ती कमी होते. होऊ शकतं की तुम्ही स्वतःला असे काम करण्यास सांगत नसाल, ज्या धोकादायक आहेत किंवा तुमचा तुमच्या जीवनावर ताबा नाही असा तुमचा विश्वास होईल.

अशा गोष्टींऐवजी काहीतरी चांगला विचार करा. तुमच्याकडून काही गडबड होईल अशी अपेक्षा करू नका, उलट स्वतःला सांगा की वेळ मी काहीतरी जबरदस्त करून दाखविण्याची आहे, त्यामुळे मी शक्य तितके सर्व प्रयत्न करीन. तुमचे जीवन बदल

ण्यासाठी तुम्हाला स्वतःशी बोलण्याची पद्धत बदलावी लागेल. तुमच्या मेंदूला वेगळ्या पद्धतीने विचार करण्यास प्रशिक्षित करण्याचा सर्वोत्तम मार्ग म्हणजे कठीण गोष्टी करणे. स्वतःला सांगा की तुम्ही विचार करता त्यापेक्षा तुम्ही चांगले आहात. तसेच, रोजच्या चांगल्या सवयी लावा. दयाळूपणा शिकून घ्या, व्यायाम करा, पुरेशी झोप घ्या आणि तुमचे मन आणि शरीर निरोगी ठेवण्यासाठी संतुलित आहार घ्या. तुम्हाला चांगले होण्यासाठी प्रेरणा देणारे लोक शोधा. निरोगी जीवनशैली विकसित करण्याच्या तुमच्या प्रयत्नांना समर्थन देणारे वातावरण तयार करा.

जर तुम्ही तुमच्या वाईट सवयी सोडल्या नाहीत तर कोणत्याही चांगल्या सवयीचा काहीही परिणाम होणार नाही. हे अगदी ट्रेडमिलवर धावताना बर्गर खाण्यासारखे आहे. वाईट सवयी तुमच्या मानसिक शक्ती कमी करतात (आपल्या सर्वांकडे त्या असतात). स्वतःच्या वाईट सवयींबद्दल जागरूक रहा आणि त्या जागी काही चांगल्या सवयी लाऊन घ्या. तरच तुम्ही या चक्रव्यूहातून बाहेर पडू शकाल आणि प्रत्यक्षात तुमच्या ध्येयाकडे वाटचाल करू शकाल.

शारीरिकदृष्ट्या मजबूत होण्यासाठी जितका वेळ आणि सराव लागतो, तितकाच मानसिक शक्ती विकसित करण्यासाठीही दृढनिश्चय आवश्यक असतो. बरे वाटण्यासाठी तुमची पूर्ण क्षमता प्राप्त करण्याचे रहस्य म्हणजे मानसिक स्नायू विकसित करणे आहे.

दिवसभर स्वतःशी सकारात्मक बोला

तुमची वृत्ती ही एक अशी गोष्ट आहे जी भावनिक हाताळणी करणाऱ्याला पराभूत करू शकते. म्हणून, स्वतः ला सुधारण्यासाठी आत्म-संवाद साधा. आपल्या मनात काही गोष्टी वारंवार घोळत राहतात. हे अंतर्गत वादविवाद किंवा वैयक्तिक भाष्य जीवनाच्या अनेक टप्प्यांवर आपल्या निर्णयांवर प्रभाव पाडतात. आपल्या मनाला आशावादी आत्म-चर्चाने सचेत स्वरूपात भरण्यासाठी एकतर्फी आशावाद, आशा आणि आनंदाला प्रोत्साहीत केल्या जाऊ शकते.

बऱ्याचदा, मेनिपुलेटिव करणाऱ्या जोडीदारामुळे, आपली स्वतः सोबत संवाद साधण्याची पद्धत नकारात्मक बनते. आपले समवयस्क, पालक, भावंड किंवा शिक्षक आपल्याला लहानपणी सांगत होते त्या नकारात्मक गोष्टी आपल्याला आठवू लागतात. आपण इतर मुलांच्या नकारात्मक प्रतिक्रिया आठवतो, ज्यामुळे आपण स्वतःला

कमी लेखतो. हे विचार वर्षानुवर्षे आपल्या मनात रूजत आले आहेत. त्यांनी आपला राग, भीती, पश्चात्ताप आणि निराशेच्या भावनांना खतपाणी घातले आहे.

या विचारांचे मूळ ओळखणे आणि नंतर क्लायंटने त्यांना 'ओव्हरराइट' करण्यासाठी जाणीवपूर्वक कार्य करणे ही निराशेत असलेल्या लोकांसाठी पुनर्प्राप्तीसाठी वापरल्या जाणाऱ्या सर्वात महत्वाच्या पद्धतीपैकी एक आहे. मुलगा स्वतःला कितीही नालायक समजत असला तरी तो खरोखर किती अद्वितीय आहे हे आपण त्याला सांगत असतो. जर एखादी व्यक्ती मोठी झाल्यावर आपत्ती आणि विध्वंसक घटनांचे भाकीत करायला शिकली तर आपण त्यांने ते अधिक चांगल्याप्रकारे करावे म्हणून प्रोत्साहन देतो.

खालील सराव करून पहा. तुमच्या मनातील अशा गोष्टी लिहा, जे म्हणतात की तुमच्याकडून हे होणार नाही. त्या गोष्टीबद्दल संविस्तर लिहा आणि विचार करा की असे विचार तुमच्या मनात कसे आले.

आता, त्या नकारात्मक संदेशांच्या विरोधात तुमच्या जीवनातील सकारात्मक सत्यांचा सामना करा. ते सापडत नाही, तोपर्यंत शोधत रहा. हार मानू नका. आपल्या जीवनात अशा काही सकारात्मक गोष्टी आहेत ज्या तुम्हाला त्या नकारात्मक विचारांच्या निराशातून बाहेर काढू शकतात. नेहमीच असे सत्ये असतात, जोपर्यंत ते सापडत नाहीत तोपर्यंत त्यांना शोधावे लागते.

कदाचित जेव्हा तुम्ही चूक करता तेव्हा तुमच्या मनात एक नकारात्मक विचार घंटी वाजवतो. तुमच्या काही चुकीमुळे 'तू कधीच काहीही करू शकत नाही' असे तुम्हाला तुमच्या लहानपणी सांगितले गेले असेल. परंतु प्रत्येकजण चुका करतो, तुम्ही आम्ही आणि जगातील सगळे. कोणीतरी म्हटले आहेच की मनुष्य हा चुकीचा पुतळा आहे. त्यामुळे तुम्ही हा विचार सकारात्मक संदेशासह ओव्हरराईट करू शकता. मी माझ्या चुकांमधून शिकतो म्हणूनच मी एक चांगला व्यक्ती म्हणून घडलो आहे.

सकारात्मक आत्म-चर्चा म्हणजे स्वतः चे मेनिपुलेशन नाही आहे. हे मानसिकदृष्ट्या परिस्थितीकडे पाहणे नाही आहे, तर रचनात्मक आत्म-चर्चा (consltrctive self-talk) सत्य, परिस्थिती आणि स्वतःबद्दल जाणून घेण्यासाठी केली जाते. चुका करणे हे सार्वत्रिक सत्य आहे. कोणीही पूर्णपणे परिपूर्ण नसतो. आणि हे शक्य नाही की जीवनात अडचणी येणार नाहीत.

विधायक स्व-चर्चा (conslrctive self-talk) जेव्हा नकारात्मक घटना किंवा चुका घडतात तेव्हा नकारात्मकतेला सकारात्मकतेमध्ये बदलविण्याचे प्रयत्न करते, जेणेकरून तुम्ही चांगले कार्य करू शकाल आणि तुमच्या जीवनात वेगाने प्रगती करू शकाल. सकारात्मक आत्म-चर्चा तुम्हाला कोणत्याही परिस्थितीत अस्पष्ट आशावाद, आशा आणि आनंद शोधण्यासाठी आपली मदत करतो.

प्रकरण अकरावे

लोकांना वाचण्याची कला

अनेक लोकांना असे वाटते की संदेश केवळ तोंडी असतात. तर बहुतेक संवाद अशाब्दिक असतात. ही संपूर्ण चुकीची धारणा आहे. खरं तर, आपला ८० टक्क्यांहून अधिक संवाद आवाज, भावनिक अभिव्यक्ती आणि देहबोलीच्या मदतीने केला जातो. जर तुम्हाला लोक वाचायचे असतील तर तुम्हाला या सर्व अशाब्दिक संकेतांवर प्रभुत्व मिळवावे लागेल. आपण या सर्वांबद्दल तपशीलवार बोलू.

माइंड कंट्रोल आणि हाताळणीच्या पायरी २ मध्ये लोक वाचण्याच्या कलेचा उपयोग केला जातो. आपण मागील प्रकरणात पायरी १ वर चर्चा केली होती.

पायरी १ म्हणजे नियंत्रण आणि आकलनाची तीक्ष्णता या संदर्भात आहे. जेव्हा आपण निवडलेल्या व्यक्तीच्या मनाचा ताबा घ्यायचा असेल तर आपल्याला माइंड कंट्रोल ची आवश्यकता असते. जेणेकरून आपण परिस्थितीवरील नियंत्रण गमावणार नाही, हे त्यावेळी होईल ज्यावेळी आपण निवडलेली व्यक्ती आपण सांगू तसे करील.

ज्ञानसंवेदनात्मक तीक्ष्णतेचा उपयोग बहुतेक माहिती संकलनासाठी केला जातो. तुम्हाला माहीत नसलेल्या व्यक्तीच्या मनात तुम्ही प्रवेश करू शकत नाही. त्याच्यावर सखोल मानसशास्त्रीय तंत्रे वापरण्यासाठी, तुम्हाला त्यांना चांगले जाणून घ्यावे लागेल. तुम्ही विडलेल्या व्यक्तीचे संवाद आणि त्याचा अर्थ पण समजू शकणार नाहीत. किंवा त्याऐवजी, या पुस्तकातील कोणत्याही तंत्राचा वापर करण्यासाठी ज्ञानेंद्रियांची तीक्ष्णता आणि माइंड कंट्रोल दोन्हीची आवश्यकता आहे. हे दोन्ही आवश्यक कौशल्ये शिकल्यानंतर, पायरी २ येते. आपण या हालचालींमागील तर्क आणि पायरी ३ बद्दल चर्चा करूयात. नंतर उर्वरित

प्रकरणात आपण विविध अचेतन संकेतांचा अर्थ काढू, ज्याचा लोकं संवाद साधण्यासाठी उपयोग करतात म्हणजे ते तुम्हाला सांगू शकतील की ते काय सांगत आहेत.

आपण पायरी १ मध्ये उद्दिष्ट साध्य करण्यासाठी संवेदनाक्षम तीक्ष्णता आणि मनावर नियंत्रण तंत्र वापरतो, त्यानंतर आपण पायरी २ वर येतो. यामध्ये आपण त्यांच्या अचेतन संपर्क संकेतांची नक्कल करतो. आपण कोणत्याही अदृश्य गोष्टीबद्दल बोलत नाहीत. जेव्हा आपण म्हणतो की हा निवडलेल्या व्यक्तीचे अचेतन संकेत दर्शवितो, तेव्हा आपण स्पष्ट सवयींबद्दल बोलत असतो. त्यांना कोणीही ओळखू शकतो. परंतु पुरेशी तीव्र आकलनक्षमता असल्याशिवाय आपल्याला ते समजणार नाही.

ते कोणत्या प्रकारचे वर्तन आहेत ? ते देहबोलीचे वेगवेगळे वर्तन आहेत. जसे त्या कल्पना ज्यांना आपल्या आवाजाच्या साह्याने वेगवेगळया प्रकारे व्यक्त करतो. किंवा डोळयांच्या संकेताद्वारे किंवा चेहऱ्यावरील हावभावांद्वारे इतरांना संदेश देतो.

या प्रकरणाचा दुसरा भाग संपर्काच्या या सर्व भिन्न संकेतामागील मूलभूत अर्थांशी संबंधित आहे. हा डेटा संकलित करणे आणि कार्यक्षमतेने त्याचे निरीक्षण करणे किंवा हाताळणे यासाठी अत्यंत उपयुक्त आहे, परंतु पहिल्या विभागात या संदर्भात काही नाही.

माइंड कंट्रोल आणि कंडिशनिंगमध्ये, आपण या अचेतन संवाद संकेतावर लक्ष केंद्रित करतात, कारण ते पायरी २ नुसार आहे आणि ते यावर कसे लागू पडते हे आपण आधीच स्पष्ट केले आहे. तुम्हाला त्या संकेताची कॉपी करावी लागेल, तुम्ही निवडलेला व्यक्ती जे करीत आहे. पायरी २ मध्ये, तुम्हाला हेच करायचे आहे.

हे सोपे पण कार्यक्षम आहे. त्यामुळे मेंदू कसा काम करतो, विशेषतः अवचेतन कसे कार्य करते हे जाणून घेण्याची गरज का आहे हे तुम्हाला माहीत आहे. डार्क सायकॉलॉजीमध्ये आपण संशोधन करत असलेल्या रोमांचक विषयांपैकी एक म्हणजे अचेतन मन. अचेतन मन म्हणजे काय हे आपणा सर्वांना माहीत आहे, पण सोप्या भाषेत सांगायचे तर, आपण जे काही जाणतो ते अचेतन मनामध्ये असते, परंतु आपण त्या सर्व गोष्टी समजून घेऊ शकत नाही. उदाहरणार्थ, तुम्ही सायकल चालवता पण स्वतःला संतुलित ठेवण्याचा सक्रियपणे विचार करत नाही किंवा आता तुम्ही असा विचार करीत नाही की झोका घेताना शरीराचे काय करायचे आहे.

तुमचे मन अजूनही अचेतन आहे. लक्षात ठेवण्यासारखी महत्त्वाची बाब म्हणजे याचा अर्थ असा नाही की तुम्ही तुमच्या मनाच्या या भागात अजूनही अचेतन आहात.

विषय फक्त इतकाच आहे की जेव्हा आपल्याला आवश्यकता भासते, आपण त्या आठवणी जागवतो. शिवाय, काहीवेळा जेव्हा आपण त्यांचा वापर करतो, तेव्हा आपल्याला त्यांच्याबद्दल जाणीव ठेवण्याची गरज नसते, जसे की आपण बाईक चालवतो तेव्हा. याचा जाणीवपूर्वक विचार न करता आपण या सतत प्रक्रियात्मक (procedural memory) स्मृतीचा वापर सचेत स्वरूपात या संदर्भात विचार न करता करू शकतो.

आपण अचेतन मनाबद्दल बोलत आहोत कारण आपले मन ज्या प्रकारे बाहेरील जगाशी संवाद साधते ते आपल्या संवादाचे अचेतन संकेत (unconscious sign of communication) आहे. लोक ही देहबोलीची साधने, डोळ्यांचा संपर्क इत्यादी जाणीवपूर्वक वापरत नाहीत, तर ते त्यांच्याकडून नकळत घडते. म्हणजेच, संवादाद्वारे अचेतन संकेत हे आपल्या अचेतन मनामध्ये प्रवेश करण्याचा गुप्त मार्ग आहे. नकळतपणे आपण आपल्या मनातले लोकांसमोर सांगून टाकतो. पुढील प्रकरणात, आम्ही सर्वात महत्त्वाचे संकेत म्हणजे काय ते स्पष्ट करू.

परंतु आम्हाला केवळ पायरी २ मधील वैयक्तिक संकेताचा अर्थ लावायचा नाही. आपल्याला त्यांच्या सुप्त मनापर्यंत खोलवर पोहोचायचे आहे. म्हणून आपण त्यांच्या संकेताची कॉपी करतो. जसे की त्याच्यासारखे हात धरणे, त्याच्यासारखे बोलणे. याव्यतिरिक्त, आपण निवडलेल्या व्यक्तीच्या नक्कल देखील करतो. पायरी २ मध्ये, आपण हे यामुळे करतो की निवडलेला व्यक्ती त्याच्या अचेतन मनात संग्रहीत करतो. हे केल्यावर, पायरी ३ मध्ये आपण फक्त त्याच्या मनातील डेटा काढतो, त्याच्या मनात काही नवीन पर्याय सोडतो किंवा त्यांना नवीन काम करण्याची कल्पना देतो. पण दाखवायचे असे की तो हे सगळं त्याच्या मनाने करीत आहे.

डार्क सायकॉलॉजीच्या नवीन विद्यार्थ्यांना भीती वाटते की आपण कॉपी करत आहोत हे निवडलेल्या व्यक्तीला समजेल. पण तुम्हाला आमचा सोलिपिझमचा धडा लक्षात ठेवावा लागेल. जर त्यांनी तुम्हाला त्यांची कॉपी करताना पाहिले तर त्यांना वाटेल की तुम्ही हे नकळत करत आहात. तुम्हाला त्यांच्या अचेतन मनात त्यांना इतकं आरामशीर वाटू द्यायचे आहे की तुम्ही नकळत त्यांच्या मनाचा एक भाग बनले पाहिजेत. आम्ही सांगितल्यापेक्षा ते खूप गहन आहे. मानवी मन बहुतेक अचेतन असल्याने, मनाची भाषा अचेतन आहे. डोळ्यांचा संपर्क, भावना, देहबोली आणि आवाजाचा स्वर यासारखे अचेतन संवाद संकेत हे आपले अचेतन मन बाह्य जगाला प्रकट करण्याचे मार्ग आहेत. संवादाची ही पद्धत मनाच्या भाषेचे स्वरूप दर्शवते.

आपल्या मनाची भाषा हिंदी किंवा इंग्रजीसारखी नसते. तिची तीन प्रमुख वैशिष्ट्ये आहेत ज्यांची आपण त्वरीत चर्चा करू: (१) मनाची भाषा अंतःप्रेरणेबद्दल असते, (२) ती मौखिक आहे आणि (३) ती विकसित होत असते. आता याचा अर्थ काय आहे ते अधिक तपशीलवार जाणून घेऊया. माणसाच्या अचेतन मनाची भाषा ही 'उपजत' असते असे म्हटले तर ती 'अतिविचार' करणारी ठरत नाही. यावरून हे देखील दिसून येते की अचेतन मनात फसवण्याची क्षमता नसते. कितीही असभ्य किंवा अश्लील संदेश पाठवले जात असले तरी मन तसे करू शकत नाही. तो संदेश जसा आहे तसाच पोहोचवतो. मनाला वेगळं काही करण्याचा मार्ग माहीत नाही.

हे समजून घेण्यासाठी, आपण आपल्या सायकलिंगचे उदाहरण विचारात घेतले पाहिजे. पुस्तक वाचून सायकल कशी चालवतात हे समजणार नाही. मास्टर होण्यात वेळ आणि परिपक्वता लागते. त्यानंतर हा सगळा अंतःप्रेरणेचा खेळ असतो. तुम्हाला असे वाटेल की जर कोणी तुम्हाला हे कसे केले असे विचारले तर तुम्ही त्यांना हेच उत्तर द्याल. परंतु तुमच्या उत्तराने त्याला सायकल नाही शिकता येणार. तुम्ही जसे केले तसे त्यांना करावे लागेल. त्याची उपजत प्रवृत्ती बनली पाहिजे, कारण त्याच्या अचेतन मनाने त्याला सायकल कशी चालवायची हे माहित आहे. नुसते पुस्तक वाचून त्याला सायकल शिकता येणार नाही.

मेंदूच्या भाषेचे पुढील वैशिष्टय म्हणजे ती अशाब्दिक आहे. आपण आधी म्हटल्याप्रमाणे, आपला मेंदू आपण जसे वापरतो तसे शब्द वापरत नाही. अर्थात, आपण वाक्ये वाचू आणि लिहू शकतो कारण आपला मेंदू इंग्रजी किंवा हिंदीसारखी भाषा समजू शकतो. पण इथे मुद्दा असा आहे की जेव्हा आपण मेंदूच्या भाषेबद्दल बोलतो तेव्हा ती महासागरातील एका थेंबासारखी असते.

एक प्रकारे ते शब्दांच्या पलिकडे आहे. मेंदू विश्वाचा अर्थ लावण्यास सक्षम आहे. सोप्या भाषेत सांगायचे तर, आपण शब्दांशिवाय गोष्टी समजू शकतो. आपल्यापैकी बरेच जण आपल्या दैनंदिन जीवनात याचे साक्षीदार असतात. आपण राहतो त्या जगाबद्दल आपल्या वेगवेगळ्या कल्पना आणि मते आहेत. पण याचा अर्थ असा नाही की आपल्याला एखाद्या गोष्टीबद्दल विचारले तर आपण लगेच त्या विषयावर एखादा निबंध लिहू. हे सिद्ध करण्यासाठी, तुमच्या मनातील या प्रश्नाचे पटकन उत्तर द्या-जागतिक कचऱ्याच्या समस्येबद्दल तुमचे काय मत आहे ?

कोणी विचारल्यावर तुम्ही लगेच विचार केला. जेव्हा तुम्हाला प्रश्न विचारला जातो तेव्हा तुमचा मेंदू कोणत्या ना कोणत्या स्वरूपात उत्तर देतो. ही आणखी एक गोष्ट आहे ज्याचा फायदा तुम्ही एखाद्यावर प्रयोग करताना घेऊ शकता. तथापि, याचा अर्थ असा नाही की तुमच्याकडे पूर्णपणे विचारपूर्वक, बिनतोड उत्तर तयार आहे. जर तुम्ही त्याबद्दल खूप संशोधन केले असेल, तर तुम्हाला त्यावर स्पष्ट प्रतिक्रिया देता येईल. परंतु एका साध्या प्रश्नासाठी तुमच्या मनात संपूर्ण परिच्छेद तयार होणार नाही.

मेंदूच्या भाषेचे अशाब्दिक अस्तित्व समजून घेण्याचा हा एक सर्वोत्तम मार्ग आहे. शब्दांचा वापर न करताही गोष्टींचा विचार करण्यास मेंदू सक्षम असतो. तर, आपला मेंदू नकळतपणे आपण चर्चा करत असलेल्या अनेक विषयाबद्दल संवाद साधतो, ज्यात डोळ्यांचा संपर्क, देहबोली, बोलणे आणि भावना गुंतलेल्या असतात.

आपल्या अचेतन मनाची श्रेणी, अर्थातच, संपर्काच्या या थंड संकेतांपुरती मर्यादित नाही. ते फक्त काही मार्ग आहेत ज्याद्वारे ते स्वतःला व्यक्त करतात. डार्क साइकॉलॉजीत प्रगती करण्यासाठी आपला मेंदू अशाब्दिक विचार करतो या वस्तुस्थितीचा प्रभाव समजून घेणे आवश्यक आहे. इतर लोकांचे मेंदू देखील तुमच्यासारखेच अशाब्दिक असतात. एकदा तुम्हाला तुमच्या स्वतःच्या मनाशी अशाब्दिकपणे कसे बोलावे हे समजले की, तुम्ही मनावर नियंत्रण ठेवण्यासाठी आणि इतर कोणावरही प्रयोग करण्यासाठी असेच करू शकता. मनाच्या भाषेची अंतिम प्राथमिक बाब म्हणजे ती सतत बदलत असते. हे समजून घेण्यासाठी आपल्याला मेंदूच्या संरचनेचे विश्लेषण करावे लागेल.

आपल्या मेंदूच्या पेशींचे वैज्ञानिक नाव 'न्यूरॉन' आहे. आपले न्यूरॉन्स आपल्या मेंदूमध्ये स्वतःहून मोलाचे असे काहीही करत नाहीत. आपले न्यूरॉन्सचे महत्त्व ते एकमेकांशी जोडल्या गेलेल्या नातेसंबंधांमध्ये आहे. या लिंक्स फक्त एकमेकांना संदेश पाठवण्यापुरतेच नसतात-जसे ही आपण काही शिकतो, आपण मुख्य कल्पनाचे पुन्हा पुन्हा स्मरण करीत रहातो. कनेक्शन्स शेवटी खरोखर शक्तिशाली बनण्यापूर्वी स्मरण करीत रहाणे हा शिकण्याचा एक महत्त्वाचा भाग आहे. आपल्याला आपल्या न्यूरॉन्समधील समान कनेक्शन मजबूत करणे आवश्यक आहे. यासाठी एक ट्रॅम आहे लॉ ऑफ हेब- जितक्या जास्त वेळा न्यूरॉन्स एकमेकांशी जोडले जातात, तितकेच ते दीर्घकाळ टिकणाऱ्या बंधनात एकत्र 'वायर' होतात. या उलट देखील होऊ शकतं, जर न्यूरॉन्समधील कनेक्शन दीर्घ कालावधीत सुधारले नाही, तर दुसरे कनेक्शन मार्गी लागण्यापूर्वी वायरिंग कमकुवत होईल.

आपल्या मेंदूमध्ये नातेसंबंधांसाठी एवढीच जागा आहे, त्यामुळे नवीन प्रयत्न करा. कनेक्शन बनवणे आणि जुने संबंध विसरणे या दोन्ही मेमरी प्रक्रियेच्या महत्त्वाच्या बाबी आहेत. मेंदूची भाषा ही संपूर्णपणे स्मृतीपासून बनलेली असते आणि आपल्या मेंदूतील प्रत्येक गोष्ट स्मरणशक्तीचा एक प्रकार आहे. इंग्रजी किंवा इतर कोणत्याही भाषेत या आठवणी 'लिखित' स्वरूपात साठवल्या जात नाहीत. आपल्या दीर्घकाळ टिकणाऱ्या आठवणींमध्ये सर्वात भावनिकदृष्ट्या प्रतिध्वनीत सामग्री असते, म्हणून ते भावनांच्या फारच जवळ असतात.

'फायरिंग' हा शब्द नवीन कनेक्शन बनवण्यासाठी किंवा विद्यमान कनेक्शनला बळकट करण्यासाठी वापरला जातो. जेव्हा आपण आपल्या न्यूरॉन्समधील कनेक्शनकडे दुर्लक्ष करतो तेव्हा त्याला 'प्रूनिंग' म्हणतात. आपल्याला हे देखील माहित असले पाहिजे की आपल्या न्यूरॉन्समधील दुव्यासाठी सायनॅप्स ही वैज्ञानिक संज्ञा आहे. या पुस्तकात आपण त्यांना कनेक्शन किंवा सिनॅप्टिक कनेक्शन म्हणू.

जेव्हा तुम्ही निवडलेल्या व्यक्तीच्या बाह्य अभिव्यक्तीची नक्कल करता, जसे की देहबोली, बोलणे, डोळ्यांचा संपर्क आणि भावना, तेव्हा मनाच्या भाषेची तिन्ही वैशिष्ट्ये लक्षात ठेवा. तुम्हाला ज्ञानेंद्रियांच्या तीक्ष्णतेचा अनुभव असेल, तर तुम्ही या संकेताद्वारे तात्काळ शिकू शकता. जेव्हा तुम्ही हे सर्व तुकडे एकत्र जोडण्यात पारंगत होता, तेव्हा पूर्णपणे मेंदूच्या भाषेशी सुसंगत होऊन, तुम्ही निवडलेल्या व्यक्तीला रिलॅक्स करू शकता.

हे सर्व अचेतन असल्यामुळे, तुम्ही त्यांच्या मेंदूमध्ये असा प्रवेश केला पाहिजे हे त्यांना सांगताही येणार नाही. तरीही, असे करणे आश्चर्यकारकपणे समाधानकारक आहे. तिथून फक्त एक पायरी उरते ती म्हणजे तिसरी पायरी. पायरी ३ मध्ये तुम्ही मनावर नियंत्रण मिळवण्यासाठी किंवा बळजबरी करण्यासाठी उपकरणाचा उपयोग करता. डार्क सायकॉलॉजी शिकणारे बरेचजण सरळ पायरी ३ वर जावे असे गृहीत धरण्याची चूक करतात. शिवाय, जेव्हा निवडलेली व्यक्ती त्यांना त्यांच्या भावना प्रकट करण्यात पूर्णपणे गुंतवून ठेवते, तेव्हा त्यांना विश्वास आहे की ती व्यक्ती ते जे काही बोलतील ते ऐकेल, जरी त्यांनी मनाची शक्ती दर्शविली नाही. या विषयाबद्दल जेमतेम काहीही समजत नसतानाही, ते गृहीत धरतात की तो व्यक्ती त्यांचे ऐकेल कारण त्यांची आकलनशक्ती तीक्ष्ण (perceptual sharpness) नाही.

अर्थात, हे फक्त पायरी १ पूर्ण करते. पायरी २ जिथे गोष्टी आणखी क्लिष्ट होतात.

प्रयत्न केल्यावर मेंदूची गूढ भाषा उलगडणे शक्य असले तरी ते सोपे नाही. तुम्हाल ा केवळ मेंदूच्या भाषेची तीन प्रमुख वैशिष्ट्ये समजून घेणे आवश्यक नाही, तर आपण प्रयोगासाठी निवडलेला व्यक्ती त्याच्या देहबोलीद्वारे आपल्याला संदेश देणारे अनेक संदेश समजून घेण्यासाठी स्वतःला समर्पित केले पाहिजे. आपण प्रथम पायरी १ आणि २ पूर्ण न करता सरळ पायरी ३ वर जात असाल तर त्यात काही अर्थ नाही. जसे की अनेक नवोदीत करतात. कृतज्ञतापूर्वक, तुम्ही ही चूक करणार नाही कारण तुम्ही आधीच खूप दूर आलेले आहात. या धड्याच्या शेवटापर्यंत पोहोचण्यासाठी तुम्हाला शेवटची गोष्ट म्हणजे पायरी २ शिकणे आहे.

लोकांना वाचण्याची कला म्हणजे आम्ही सांगितलेल्या सर्व अचेतन संवाद संकेतांद्वारे प्रसारित केलेले विविध मूलभूत संदेश शिकणे. आता थेट आपण तिकडे वळूयात.

डार्क साइकॉलॉजी आणि देहबोली

प्रयोगासाठी निवडलेल्या व्यक्तीच्या संदर्भात आपल्या लक्षात येणारी पहिली गोष्ट म्हणजे तो डोळयांद्वारे किती आणि कसे संदेश देतो. यावरून हे दिसते की डोळे बरेच काही बोलून जातात.

हा एक सामान्य गैरसमज आहे की जे लोक डोळयाद्वारे संदेश देत नाहीत, ते आपल्या ऐकण्यात आहेत, असा एक लोकप्रिय गैरसमज आहे. ते पूर्णपणे खोटे आहे. इतरांनी तुमचा गैरफायदा घेऊ नये असे तुम्हाला वाटत असेल तर या धारणेवर विश्वास ठेवणे थांबवा.

एखादी व्यक्ती किती डोळयाने संवाद साधते हे दोन गोष्टींवर अवलंबून असतेः व्यक्तिमत्व आणि सामाजिक पार्श्वभूमी.

पहिल्याचे वर्णन करणे सोपे आहे. काही लोक नैसर्गिकरित्या अधिक डोळयांचा उपयोग. या स्थितीत तुम्ही निवडलेली व्यक्ती डोळयांचा वापर अधिक करते की नाही हे निर्धारित करणे आवश्यक आहे. तरच तुम्ही तुमच्या मेंदूच्या या अचेतन भाषणातून काही उपयुक्त ज्ञान मिळवू शकता.

सामाजिक अर्थ हा घटक थोडा अवघड आहे कारण आपण डार्क मानसशास्त्र वापरतो त्या सर्व गोष्टींशी ते जोडलेले आहे. शेवटी ज्यांचा आणि आपला काही संबंध नसतो अशा लोकांसोबत नजरभेट फार कमी होते. त्यांना कसे वाटते किंवा त्या व्यक्तीबद्दल

त्यांची पहिली प्रतिक्रिया काय आहे याबद्दल ते काहीही सांगत नाहीत. याचा अर्थ असा नाही की त्याला तुमच्याकडून खूप जास्त किंवा खूप कमी नजरेचे इशारे मिळणार नाही. खरं तर, फारच कमी म्हणजे ते तुम्ही असताना चिंताग्रस्त आहेत. खूप जास्त याचा अर्थ असा होऊ शकतो की ते अजूनही तुम्ही असताना चिंताग्रस्त आहेत. तथापि, अधिक भरपाई करून आणि परिस्थिती हाताळण्याचा प्रयत्न करून, ते वेगळया मार्गाने त्याचा सामना करत आहेत. त्यांचे सर्वोत्तम हेतू असूनही, जेव्हा एखादी व्यक्ती खरोखर नजरभेटीने संपर्क साधते तेव्हा असे दिसते की ते नियंत्रणात राहण्यासाठी खूप प्रयत्न करत आहेत. आपण सर्वजण अशा व्यक्तीला ओळखतो जो वारंवार अशी चूक करतो. हे स्पष्टपणे दर्शविते की ते प्रभावी दिसण्याचा प्रयत्न करीत आहेत, परंतु जेव्हा आपण ते स्पष्ट करता तेव्हा ते हेतू पूर्णपणे लपवतात आणि जेव्हा कोणी त्यांच्याशी जास्त नजरभेट करण्याचा प्रयत्न तेव्हा असे होऊ शकते. पण तुमच्या नजरभेटीचे काय ? किती नजरभेटी असाव्यात याचे कोणतेही साधे उत्तर नाही. सर्वांचा संबंध आहे आपण प्रयोगासाठी निवडलेल्या व्यक्तीसोबत. सर्व तुम्ही ज्या विषयाशी संभाषण करत आहात त्या विशिष्ट विषयाशी संबंधित आहेत. जरी प्रयोगासाठी निवडलेला व्यक्ती नजरभेटीने खरोखरच चांगला प्रतिसाद देत असेल, तर समोरचा व्यक्ती त्यामुळे पूर्णपणे विचलित होऊ शकते आणि तुमच्यासोबतचा संवाद बंद होऊ शकतो.

तथापि, पायरी २ साठी सामान्य मार्गदर्शक तत्त्वे अजूनही नजरभेटीच्या संपर्काचा संदर्भ घेतात. जेव्हा हे त्यांच्या देहबोलीत घडते तेव्हा तुम्हाला त्यांच्या मेंदूतील अचेतन भाषेच्या अभिव्यक्तीची नक्कल करायची असते. जर तो व्यक्ती नजरभेट करीत नसेल, तर तुम्ही पण तसे करू शकता. यावरून हे स्पष्ट होते की तुम्ही त्यांच्यासारखे आहात.

जेव्हा ते नजरभेट करतात, त्यावेळी तुम्ही त्यांच्या डोळयात पहायला हवे, यावरून त्याला तुम्ही दोघे सारखेच आहात असा संदेश मिळतो. मानवी मन या सर्व गोष्टींबद्दल अनभिज्ञ असते हे तुम्हाला कळायला हवे. म्हणून, जर तुम्ही त्याच्याप्रमाणेच नजरभेटील ा समान प्रतिसाद दिला तर मन ग्वाही देते की 'हा व्यक्ती माझ्यासारखाच आहे' हे सर्व नकळत असल्यामुळे याला यातले काही कळत नाही.

खास करून नजरभेटीच्या बाबतीत, आपल्या इंस्टिक्टं फॉलो करा. तुमच्या आकलनीय तीव्र क्षमतेचं (perceptual sharpness) ऐका. जर तुम्ही स्वतःला सहजतेने इतरांशी विशिष्ट प्रमाणात नजरभेट करीत असल्याचे आढळल्यास, ते योग्य

वाटत नसले तरीही तसे होऊ द्या. हे थोडे विचित्र वाटू शकते, कारण नजरभेटीचे हे एक वेगळेच परिमाण आहे. ज्याचा आपण उपयोग केला होता. जेव्हा तुमची स्वतःची अचेतना तुम्हाला ज्ञानेंद्रियांच्या सूक्ष्मतेमुळे संदेश पाठवते, तेव्हा तुम्ही तसे करणे सुरू ठेवू शकता. हे तुमच्यापेक्षा चांगले कसे करायचे हे त्याला माहीत आहे.

संवादाच्या अचेतन संकेतांमधले आपले पुढील प्रकरण आहे ते म्हणजे आपण निवडलेल्या व्यक्तीचे पाय कुठे आहेत. हे थोडे जास्त-विश्लेषणात्मक वाटू शकते, परंतु एखाद्या व्यक्तीला कसे वाटते याबद्दल ते आपल्याला बरेच काही सांगू शकते. हे विशेषतः उपयुक्त आहे, कारण ते व्यक्तिमत्त्वाबद्दल काहीही सांगत नाही.

जेव्हा ते तुमच्याशी संवाद साधत असतील तेव्हा तुम्ही त्यांच्या पायांमधील अंतर लक्षात घेतले पाहिजे. जर त्यांचे पाय एकमेकांपासून वेगळे असतील तर त्यांनी तुमच्यापासून सुरक्षित अंतर राखले आहे. ते तुमच्यासोबत संवेदनशील होण्यास तयार नाहीत. जर त्यांचे पाय एकमेकांच्या जवळ असतील तर याचा अर्थ त्यांना तुमच्यासोबत बरे वाटत आहे.

आपले शरीर हे सहजतेने करते. जेव्हा तुमचे पाय एकमेकांच्या जवळ असतात, तेव्हा याचा अर्थ असा होतो की तुम्ही सहज वशीभूत होऊ शकता परंतु जर ते दूर असतील तर तुम्हाला तसे करणे कठीण आहे.

परंतु कधीकधी, शारीरिकदृष्ट्या सुरक्षित वाटण्याचे आपले मार्ग भावनिक आणि सामाजिकदृष्ट्या सुरक्षित वाटण्याच्या संदर्भातलेच. त्यांच्या देहबोलीकडे लक्ष देताना याकडे लक्ष देणे सर्वात महत्त्वाचे आहे, कारण त्याचे पाय एकमेकांच्या जितके जवळ असतील, तुम्ही ३ री पायरीची सुरूवात करण्याच्या तितकेच जवळ असाल.

तथापि, याचा अर्थ असा नाही की ही केवळ एक गोष्ट आहे ज्यावर आपण लक्ष केंद्रित करू शकता. काही लोक थोडे अधिक अंतर्ज्ञानी असतात. काही लोक, नियंत्रणात असताना, अधिक वेळ घेतात. याचा अर्थ असा घेऊ नका की तुम्हाला या व्यक्तीला वशीभूत करता येणार नाही किंवा माइंड कंट्रोल करता येणार नाही. खरं तर, जर एखाद्याला आराम किंवा सहज वाटत असेल तर ते आपल्यासाठी फायदेशीर आहे हे आपण लक्षात घेतले पाहिजे. याचा अर्थ त्याचे सुरक्षा कवच बाजूला झाले असून त्यांचे मन आता अधिक वेगाने वाचले जाऊ शकते. नेहमीप्रमाणे, वैयक्तिक परिस्थिती वाचणे हे देहबोली वाचण्याइतकेच महत्त्वाचे आहे.

पण त्यांचे अचेतन मन आपल्याला कोणते संकेत पाठवत आहे ? हे जाणून घेण्यासाठी, प्रयोगासाठी निवडलेल्या व्यक्तीच्या शरीराच्या भाषेतील वैयक्तिक कृतींकडे लक्ष देणे पुरेसे नाही. तुमच्यासाठी आणखी एका गोष्टीकडे लक्ष देणे आवश्यक आहे ते म्हणजे त्यांच्या देहबोलीतील मोठ्या किंवा लहान बदलांकडे लक्ष देणे.

जेव्हा एखाद्याचे वागणे अनपेक्षितपणे बदलते तेव्हा आपल्याला कळते. हा बदल आपल्यासाठी चांगला आहे की वाईट हे देखील आपण शोधू शकतो. तुमचे स्वतःचे अचेतन मन तुम्हाला काय सांगते ते ऐका आणि त्यांचे पालन करा.

जर कोणी विचित्र वागले तर त्यांच्या देहबोलीत काय बदल झाले आहेत हे जाणून घेण्याची गरज नाही. तुम्हाला फक्त त्याला विचारायचे आहे 'तुम्ही ठीक आहात का ?' इतके पुरेसे असेल. लोकांना मदत हवी आहे हे देहबोलीवरून कधीच समजू देत नाहीत, परंतु अचेतन मन इतरांना कळावे म्हणून तसे संदेश पाठवत असते. हे विशेषतः अशा परिस्थितीत लागू होते ज्यात निवडलेल्या व्यक्तीच्या मानसिक आरोग्याचा समावेश असतो. परंतु जेव्हा एखाद्याचे मानसिक आरोग्य धोक्यात असते तेव्हा त्याची लक्षणे लवकर ओळखणे महत्त्वाचे असते. हा फक्त एक प्रतिबंधात्मक उपाय असतो.

देहबोली ही अशी एकमेव गोष्ट नाही जी तुम्ही समजू शकता. जर तुमच्या लक्षात आले की तुम्ही निवडलेल्या व्यक्तीच्या खाजगी जीवनात समस्या आहेत, परंतु चेहऱ्यावर आनंदाचे भाव दर्शवत आहे. त्यामुळे असे करून तो आतून किती वाईट वाटत होते त्याची भरपाई करत होता. त्याला काही मदत हवी आहे काय किंवा बोलू इच्छित असल्यास तुम्ही त्याला थेट विचारा. यामुळे तो तुमच्यासोबत सहजतने वागेल, फार मोकळेपणाने नसला तरी. त्याला चांगले वाटेल तुम्ही चौकशी केली म्हणून.

विशिष्ट हालचाली आणि देहबोलीतील बदलांचे निरीक्षण करताना हा विषय हळूहळू किंवा वेगाने त्याच्या शरीराचा कसा वापर करतो याकडेही तुम्ही लक्ष दिले पाहिजे. आम्ही फक्त त्याच्या शरीराच्या दिसणाऱ्या भागांबद्दल बोलत नाहीत, तो/ती नेहमीपेक्षा अधिक किंवा कमी बोलत असल्यास, तुम्ही इकडे पण लक्ष दिले पाहिजे.

हे दुसरे उदाहरण आहे जेथे अचेतन संकेतांचे प्रसारण महत्त्वाचे आहे. उदाहरणार्थ, काही लोक इतरांपेक्षा अधिक किंवा कमी बोलतात. जर ते असेच बोलत असतील तर त्याचा काही अर्थ नाही, परंतु जर बदल झाला असेल तर ते लक्षण असू शकते.

अर्थात, जेव्हा एखादी व्यक्ती सहसा बोलत नाही तेव्हा पटकन बोलते, तर हे

स्पष्ट लक्षण आहे की तो चिंताग्रस्त आहे. याचा अर्थ असाही होऊ शकतो की तो /ती तुमच्याशी खोटे बोलत आहे.

परंतु आपल्या ओळखीच्या लोकांच्या बोलण्याचा वेग आपण ओळखत असतो. सुदैवाने, देहबोलीद्वारे आपण अनोळखी लोकांबद्दलही समजू शकतो. मुख्यतः, देहबोलीच्या आधारावर, आपण लोकांना दोन गटांमध्ये वर्गीकृत करू शकतो. वेगाच्या आधारे त्यांची विभागणी कशी केली जाते ते आम्ही तुम्हाला सांगणार आहोत. सोप्या भाषेत सांगायचे झाले तर, जे लोक आपले शरीर सारखे हलवतात आणि वेगाने बोलतात त्यांना प्रकार 'ए' व्यक्तिमत्व श्रेणीमध्ये ठेवले जाते, तर टाइप 'बी' व्यक्तिमत्व असे लोक आहेत जे त्यांचे शरीर कमी हलवतात आणि अधिक हळू बोलतात. या दोन श्रेणींच्या व्याख्या अगदी स्पष्ट आहेत. टाईप 'ए' व्यक्ती अधिक तीव्र, ध्येयाभिमुख आणि न्यूरोटिक असतात. प्रकार 'बी' लोक कमी चिंताग्रस्त आणि अधिक केंद्रित असतात.

या दोन वर्गांमध्ये तुम्ही कोणत्याही विशिष्ट मूल्याचा निर्णय घेऊ शकत नाही. दोघेही लोकांचे वेगवेगळे गट आहेत, जे जीवनाकडे वेगळ्या नजरेने पाहतात. आपण हे देखील लक्षात ठेवले पाहिजे की कोणत्याही परिस्थितीत लोक समान आणि विशेषतः या दोन वर्गांमध्ये विभागले जातात. हे सामाजिक शक्तींच्या प्रभावामुळे आहे. तुम्ही स्वतःला तुमच्या कुटुंबासोबत टाइप 'ए' आणि तुमच्या मित्रांसोबत टाइप 'बी' सारखे वागत असलेले पहाल.

हे तंतोतंत जरी खरे नसले तरी, याचा अर्थ असा नाही की ते कामाचे नाही. तुम्ही त्यांच्यावर डार्क साइकॉलॉजीचा उपयोग करू शकता जे तुम्ही शिकले आहात, तुम्हाला समोरच्या व्यक्तीबद्दल माहिती नसते तोपर्यंत. आम्ही नेहमी म्हणतो त्याप्रमाणे, तुम्ही या धोरणांचा सर्व व्यक्तींवर सारख्याच प्रकारे वापर करू शकत नाही, त्यामुळे ते प्रकार 'ए' किंवा 'बी' आहेत की नाही यावर आधारित वेगवेगळे निर्णय घेण्यास सक्षम असणे आश्चर्यकारकपणे उपयुक्त आहेत.

आवाज आणि भावना ही दोन क्षेत्रे आहेत जी शाब्दिक संवादामध्ये देहबोलीपासून वेगळी आहेत, परंतु ते दोन्हीही अत्यंत महत्त्वाचे आहेत. एखादी व्यक्ती ज्या प्रकारे एखाद्याच्या आवाजावरून आपण बराच अंदाज काढू शकते. आपल्याला वाटते की लोक त्यांच्या आवाजासोबतच जन्माला आलेले असतात. आपल्याला दिलेला आवाज आपण वापरला पाहिजे हे अंशतः खरे आहे. परंतु मनाच्या फसवणुकीची समस्या ही आहे की

आपल्याला नैसर्गिकरित्या कोणताही आवाज दिला जात असला तरीही आपण आपल्या आवाजाने बरेच काही करू शकतो. उदाहरणार्थ, आपलाच आवाज पहा. काही प्रमाणात आपण त्याचे व्यवस्थापन करू शकत नाही. आपल्यापैकी बऱ्याच जणांची विशिष्ट पिच रेंज असते ज्यामध्ये आपला आवाज नैसर्गिकरित्या जातो. तथापि, आपल्याला हे देखील माहित आहे की आपण आपला आवाज कसा वापरतो यावर आपले बरेच नियंत्रण असू शकते.

तुमच्या आवाजाची पिच तुम्ही कोणाशी बोलत आहात ते तुमच्याबद्दल काही गोष्टी सांगते. उदाहरणार्थ, संशोधनात असे दिसून आले आहे की लोक मोठा आवाज अधिक लक्षपूर्वक ऐकतात. हे खूप महत्त्वाचे आहे, कारण खालच्या आवाजापेक्षा मोठा आवाज ऐकणे सोपे असते. मोनोटोनच्या ध्वनीत, खालचा आवाज आपल्याला स्पीकरला समजण्यापासून रोखू शकतात.

तथापि, ही कथेची एकमेव बाजू नाही. त्याच अभ्यासातून, आपण हे देखील शिकतो की लोक कमी आवाज अधिक गंभीरपणे घेतात. दुसऱ्या एका पुस्तकात या वस्तुस्थितीमागील काही सामाजिक समस्यांचा शोध घेता येईल, परंतु वास्तव हे आहे की ते स्त्री आणि पुरूष दोघांनाही समान लागू आहे. जेव्हा त्यांना अधिक गंभीर दिसायचे असते तेव्हा दोन्ही लिंगीयांना त्यांचा आवाज कमी करणे आवडते.

असे करण्याच्या आपल्या वृत्तीने व्होकल फ्राइमध्ये योगदान दिले आहे. व्होकल फ्राइ म्हणजे आपला जो नैसर्गीक आवाज आहे त्यापेक्षा कमी आवाजाची पिच वापरणे. जेव्हा आपण हे करतो तेव्हा ते आपल्यासाठी कठोर आणि अनैसर्गिक दिसते. आपल्याला ते कृत्रिम वाटणार नाही अशा प्रकारे संतुलित करावे लागेल, तसेच लोक तुम्हाला कमी आवाजात अधिक गांभीर्याने घेऊ शकतात हे देखील जाणून घ्या.

आता आपण आपल्या निवडलेल्या व्यक्तीकडे येऊ. या अभ्यासातून अनेक गोष्टी शिकता येतील. उदाहरणार्थ, जर आपण त्याच्या आवाजात एक व्होकल स्वर ऐकला तर याचा अर्थ ते आपल्यासमोर आत्मविश्वासाने दिसण्याचा प्रयत्न करीत आहेत. आपण त्याच्याबद्दल अधिक गंभीर व्हावे अशी त्याची इच्छा आहे. आपल्या फायद्यासाठी, आपण हे ज्ञान वापरू शकतो. आपण त्यांना कळवू शकतो की आपण त्यांना गांभीर्याने घेत आहोत. आणि त्या बदल्यात त्यांच्याकडून काहीतरी मिळवू शकतो.

अशाब्दिक संवादासोबतच भावना हा आपल्या आवाजाचा आणखी एक महत्त्वाचा

भाग आहे. आपण आपल्या आवाजाच्या टोनमध्ये तसेच चेहऱ्यावरील हावभावांमध्ये भावनांचा संवाद साधतो. आपण आपल्या आजूबाजूच्या लोकांकडून डेटा गोळा करतो. या भावनांचा अर्थ काय आहे हे जाणून घेण्यासाठी आपल्याला फक्त आपली आकलनशक्ती (perceptual sharpness) ऐकण्याची आवश्यकता असते.

आम्ही तुम्हाला निवडलेल्या व्यक्तीच्या अचेतन संकेतांची कॉपी करण्याची सूचना दिली आहे, परंतु याचा अर्थ नेहमी ते जे करतात तेच करा असा नाही. याचं मोठं प्रदर्शन म्हणजे भावनेचा विषय. जर निवडलेला व्यक्ती सांगत असेल की त्याला त्याचा आवाज किंवा अभिव्यक्तीबद्दल काही आवडत नाही, तर याचा अर्थ असा नाही की तुम्ही त्यांच्या भावनांशी तंतोतंत जुळलेले आहात.

आपल्या भावनांची पुष्टी होईल अशा प्रकारे आपण भावना व्यक्त केल्या पाहिजेत. प्रयोगासाठी निवडलेल्या व्यक्तीला कधी असे नाही वाटले पाहिजे की आपण त्याच्या भावना गांभीर्याने घेत नाहीत. असे करताना अनेकदा अशा भावनांची आवश्यकता असते ज्या आपल्याला नैसर्गिक वाटत नाहीत. या कारणास्तव आवस्था नियंत्रण एक आवश्यक कौशल्य आहे. तुम्ही त्याच्याइतके रागावू शकत नाही. इतका राग येण्याची परवानगी केवळ त्यांनाच आहे, कारण केवळ तेच आहेत ज्यांनी त्या स्थितीचा सामना केला आहे, ज्याबद्दल ते बोलत आहेत. तुम्ही त्याच्याइतकेच रागावण्याचे ढोंग केल्यास ते अनैसर्गिक वाटेल.

त्याऐवजी तीच भावना थोड्या कमी तीव्रतेने व्यक्त करा. जर व्यक्ती पूर्णपणे रागावलेली असेल तर तो वेडा दिसतो. त्यांना निवडलेल्या व्यक्तीवर प्रतिबिंबित करून त्यांच्या प्रमाणित करा परंतु त्याचा अतिरेक करू नका. जरी हे प्रकरण मनाच्या नियंत्रणाची पायरी २ आणि सर्व अचेतन संवाद संककेतांच्या अर्थावर लक्ष केंद्रित असले, तरी ते भावनिक अभिव्यक्तीशी अत्यंत संबंधित आहे. हे एक असे तंत्रज्ञान आहे, ज्याचा आम्ही उपयोग करू इच्छितो. हे मेमरी सक्रिय करण्याचे तंत्र आहे.

मेमरी एक्टिव्हेशन हे एक असे तंत्र आहे ज्याचा वापर मनावर नियंत्रण ठेवण्याच्या उद्देशाने वशीकरणासाठी केला जाऊ शकतो. जेव्हा तुम्ही निवडलेल्या व्यक्तीसोबत अचानक बोलायला लागता, तेव्हा तुम्ही त्यांना सकारात्मक स्मृतीबद्दल बोलायला लावता, जी त्यांच्यासाठी खूप महत्त्वाची असते. यामागील सामान्य तत्व हे आहे की तुम्ही हे जाणूनबुजून करत आहात हे त्यांना कळू नये असे तुम्हाला वाटते. ही स्मृती वाढवण्यासाठी

तुम्ही जे काही करत आहात, ते नैसर्गिकरित्या होत आहे असे वाटले पाहिजे. पण त्यातील भावनिक आशय बाहेर आणण्यासाठी त्यांना अनुभव लक्षात ठेवावा लागतो. डार्क साइकॉलॉजीच्या हेतूंसाठी, वास्तविक स्मरणशक्तीचा आपल्यासाठी काहीही अर्थ नसतो. केवळ एक गोष्ट जी आपल्यासाठी महत्त्वाची असते, ती आहे पुन्हा एकदा स्मरणशक्तीशी निगडीत चांगल्या भावना त्यांना अनुभवता याव्यात ही आहे.

सूक्ष्म पातळीवर मेंदूची रचना कशी असते हे तुम्हाला आठवत असेल. आपल्या आठवणी आपल्या न्यूरॉन्समधील अब्जावधी सिनॅप्टिक लिंक्सच्या बनलेल्या असतात. आपण तिथे फक्त नवीन आठवणी तयार करत नाही, जणू काही आपण व्हिडिओ बनवत आहोत. त्याऐवजी, जागा वाचवण्यासाठी आणि आपल्याला नवीन गोष्टी लक्षात ठेवण्याची परवानगी देण्यासाठी, आपण सतत गोष्टींमध्ये नवीन कनेक्शन आणि संबंध बनवतो.

याचा अर्थ असा की निवडलेल्या व्यक्तीने केवळ सकारात्मक भावनांच्या स्मृतीशी संबंधित असावे आणि त्याचा पुन्हा अनुभव घ्यावा, तर जेव्हा तो ही सकारात्मक भावना अनुभवतो तेव्हा आपण त्याच्याबरोबर असावे. आता ते सकारात्मक भावनेला आपल्यासोबत एकत्र जोडतील. जेव्हा आपण लोकांमध्ये आपल्याबद्दल चांगल्या भावना निर्माण करतो तेव्हा ते आपल्याबद्दल अधिक सकारात्मक विचार करण्यास मदत करतात. यामुळे त्यांच्या मनावर प्रभाव पाडणे आणि वशीभूत करणे सोपे होते.

जेव्हा लोकांनी आपल्याला पाठवलेले संदेश समजण्याची वेळ येते, तर त्यांच्या अचेतन मनात प्रवेशद्वार आहे, ज्याद्वारे आपण त्यांना वाचू शकतो आणि नियंत्रीत देखील करू शकतो. आपण पुढील प्रकरणात प्रभावीपणे खोटे कसे बोलायचे ते शिकाल, जे डार्क साइकॉलॉजी शिकणाऱ्या प्रत्येकासाठी एक महत्त्वाचे कौशल्य आहे. हे स्वतःच एक संपूर्ण विश्लेषण आहे. पण आतापर्यंत तुम्ही जे काही शिकले आहे, त्यांचाही त्यात यशस्वी होण्यासाठी उपयोग होऊ शकतो. चला सुरू करूया.

प्रकरण बारावे

आपल्या आसपासच्या लोकांना कसे फसवावे

तुम्हाला अशी अनेक पुस्तके सापडतील ज्यात असा दावा केला आहे की त्यांनी सुचवलेल्या पद्धती वापरून तुम्ही समोरच्या व्यक्तीचे खोटे पकडू शकता. पण तुम्ही चांगलं खोटं कसं बोलावं हे कदाचित तुम्हाला कोणीही सांगणार नाही. हे निषिद्ध नसावे. कारण कधी कधी, आपल्या सर्वांना खोटे बोलावे लागते. आयुष्यातील हे एक साधे सत्य आहे की आपण नेहमी सत्य बोलू शकत नाही.

अर्थात, डार्क साइकॉलॉजीला लागू होणाऱ्या प्रत्येक गोष्टीत खोटे बोलण्याचे प्रमाण निश्चित आहे. किंवा या शब्दाच्या ठराविक व्याख्येनुसार आपण खोटे बोलतो असे म्हणूया. याचा अर्थ असा की जर तुम्हाला मनाचे वाचन करायचे असेल, मनावर नियंत्रण ठेवायचे असेल किंवा एखाद्याला वशीभूत करायचे असेल तर तुम्हाला सराइत खोटे बोलणारा बनावे लागेल. संपूर्ण पुस्तकात, आम्ही फ्रेमिंगच्या कल्पनेचा संदर्भ दिला आहे, तुम्हाला याचा अर्थ काय आहे हे माहित नसल्यास, तुम्हाला संदर्भाद्वारे त्याची चांगली कल्पना मिळाली असेल. पण आता या संकल्पना औपचारिकपणे शिकण्याची वेळ आली आहे. चांगले खोटे बोलण्यासाठी या महत्त्वाच्या गोष्टी शिकणे महत्त्वाचे आहे.

जर तुम्हाला एखाद्याला फसवायचे असेल तर तुम्ही ते फक्त खोटे बोलून करू शकत नाही. तसे झाले असते तर ते खूप सोपे असते, पण वास्तव त्याहून कठीण आहे. प्रेक्षक किंवा निवडलेल्या व्यक्तीने विश्वास ठेवावा असे संपूर्ण वास्तव तुम्हाला निर्माण करावे लागेल. म्हणूनच खोटे बोलणे इतके अवघड होते, म्हणूनच अनेकांना सराइतपणे खोटे बोलता येत नाही.

खोटं बोलून प्रकरण संपवण्याबद्दल आम्ही बोलत नाही आहोत. उलट आधीचे खोटे हे खरे आहे हे पटवून देण्यासाठी आणखी खोटे बोलावे लागेल.

म्हणूनच एका लबाडाला अनेकदा खोटे बोलावे लागते. विचार न करता एक छोटंसं खोटं बोलल्याचा परिणाम असा होतो की त्या खोट्याचं समर्थन करण्यासाठी आणखी खोटं बोलावं लागतं आणि नंतर चूक मान्य करावी लागते. तथापि, तुम्ही जर डार्क साइकॉलॉजीचे विद्यार्थी असाल तर हे महत्त्वाचे नाही. तुम्हाला फ्रेमिंग आणि अनुकूल तेची तत्त्वे शिकणे आवश्यक आहे, जेणेकरून तुम्ही कोणत्याही परिस्थितीसाठी आवश्यक असलेले खोटे बोलू शकता. फ्रेमिंगमागील मूलभूत संकल्पना समजली जाऊ शकते, परंतु आपल्याला त्यासोबतच अनुकूलता कशी कार्य करते हे देखील समजून घेणे आवश्यक आहे. शेवटी, अनुकूलतेशिवाय फ्रेमिंग काहीही नाही. तुमची जुळवून घेण्याची क्षमता समोरची व्यक्ती कशी प्रतिक्रिया देते यावर अवलंबून असते, त्यामुळे तुम्ही तुमची प्रणाली समायोजित करू शकता. तुमच्या फसवणुकीला लोक कसे प्रतिसाद देतील हे तुम्हाला कधीच कळत नाही, त्यामुळे त्यांची प्रतिक्रिया चांगली असो वा वाईट, त्यासाठी तुम्ही तयार असले पाहिजे.

तुम्ही काहीतरी गडबड करीत आहात असा लोकांना संशय आल्यास, किंवा तसे दाखवत असतील तर, ही अजिबात चांगली गोष्ट नाही. परंतु याचा अर्थ असा नाही की मजबूत अनुकूलतेसह तुमचे खोटे पकडले जाईल. फ्रेमिंग आणि अनुकूलतेला असे शक्तीशाली संयोजन बनवते, ती यात आहे. या दोन्ही गोष्टी एकत्र केल्याने, तुम्ही सामाजिक वातावरणातील कोणत्याही संभाव्य बदलासाठी तयार असता, परंतु वास्तविकतेपेक्षा कमी म्हणण्याचे स्पष्ट आव्हान तुम्हाला दिले जात असले तरी, पुरेशा अनुकूलतेने तुम्ही त्यावर मात करू शकाल.

फसवणूक करणे सोपे काम नाही आणि म्हणूनच बहुतेक लोक त्यात यशस्वी होत नाहीत. जर तुम्हाला वस्तुस्थिती एका विशिष्ट प्रकारे विकृत करायची असेल, तर ते इतके चांगले बनवणे पुरेसे नाही की ते प्रशंसनीय असावे. तुम्ही निवडलेल्या व्यक्तीला असे वाटणे आवश्यक आहे की तुम्ही जे आहे तेच सांगत आहात. याचा अर्थ तुम्हाला पसारा पांगवत बसायचे नाही किंवा त्यांना खूप अवास्तव देखील करायचे नाही. काही प्रमाणात, आपले खोटे वास्तविक जगामध्ये खरे वाटले पाहिजे.

तथापि, तुम्हाला तुमच्या डिसेप्शनला जुळवून घेण्याची गरज आहे, इथे केवळ

इतकेच कराचे नाही, ना केवळ आपल्या डिसेप्शनला सामावून घ्यावे लागेल, त्याऐवजी, आपण ज्या लोकांशी खोटे बोलत आहात त्यावर अवलंबून आपले अचेतन संवाद संकेत बदलण्यास सक्षम असणे आवश्यक आहे. लोकांसोबतची फसवणूक यशस्वी करण्याच्या या पैलूवर योग्यरित्या प्रभुत्व मिळविण्यासाठी तुम्ही इतर प्रकरणाचा संदर्भ घेऊ शकता, कारण त्या ज्ञानाशिवाय तुम्ही ते प्रभावीपणे करू शकणार नाही.

डार्क साइकॉलॉजीतून तुम्ही हे शिकू शकता की एक व्यक्ती म्हणून प्रत्येकाचे अनुभव सारखेच असतात. परंतु ते सर्वांना समान लागू होणारे नसतात. एक माणूस म्हणून कोणाचा अनुभव कसा आहे याबद्दल तुम्हाला बरेच काही माहित आहे. याचा अर्थ असा नाही की त्यांनी कधीही अनुभवलेली प्रत्येक गोष्ट तुम्हाला माहीत आहे, परंतु तरीही मनावर नियंत्रण ठेवण्यासाठी, शोषण करण्यासाठी आणि त्यांना फसवण्यासाठी तुम्हाला पुरेशी माहिती आहे.

जेव्हा तुम्ही आणि तुम्ही निवडलेला व्यक्ती समान वास्तविक-जगातील एकाच प्रक्रियेत असता, तेव्हा तुम्ही कोणाशी बोलत आहात याने काही फरक पडत नाही, कारण तुमच्यात बऱ्याच गोष्टी सारख्या असतात. तुम्ही व्यक्तिमत्वानुसार किती वेगळे आहात याने काही फरक पडत नाही. तुमचे आणि त्यांचे वातावरण कसे आहे ते तुम्ही पहा. तुम्ही जे पाहता ते कदाचित त्यांना दिसत नसेल पण ते जे पाहतात ते जवळपास सारखेच असते.

जेव्हा तुम्ही इतर लोकांना दिसणारे जग बदलू इच्छिता. त्यामुळे इतरांची फसवणूक करण्यात हे वास्तव महत्त्वाचे असू शकते, परंतु जर तुम्ही समान तथ्यांशी संपर्कात नसाल तर ते फार काळ टिकणार नाही. जरी तुम्ही जगातील सर्वोत्तम लबाड असलात तरीही तुम्ही निवडलेल्या व्यक्तीच्या जीवनातील फक्त एक प्रभाव आहात. सहजपणे तुम्ही निवडलेल्या व्यक्तीच्या जीवनात सर्वात मोठा प्रभाव बनू शकता, परंतु तरीही आपण केवळ एकच असाल. कधीतरी तुम्हाला नम्रता शिकावी लागेल. तुम्हाला हे शिकावे लागेल की त्यांच्या मनात येणारा प्रत्येक छोटासा विचार तुम्ही एकटे ठरवत नाहीत. या टप्प्यावर पोहोचल्यावरच तुम्ही एक सर्वोत्तम लबाड होऊ शकता. कारण तुम्ही हे मान्य कराल की तुम्हाला त्या तुम्ही निवडलेल्या व्यक्तीची इतर माहिती घेऊन काम करावे लागणार आहे. एका आत्मकेंद्रितच्या उलट, तुम्ही स्वतःला संपूर्ण विश्व समजणार नाही ज्याकडे इतर लोकांनी लक्ष देणे आवश्यक आहे. तुम्ही तुमच्या सभोवतालची इतर ब्रह्मांडांना

ओळखण्यास सक्षम असाल. तुमच्या लक्षात येईल की तुम्ही निवडलेल्या व्यक्तीची या विविध प्रभावांपर्यंत देखील पोहच आहे. सर्वोत्कृष्ट लबाड होण्यासाठी, तुम्हाला यामध्ये सर्वात प्रभावी असायला हवे.

लक्षात ठेवा की जी व्यक्ती आपले विचार, श्रद्धा आणि आदर्श कथनातून मांडते, त्याच्यावर विश्वास ठेवणारे लोक त्याच्या प्रभावाखाली येतात आणि त्याच्या आदेशांचे पालन करतात. तथापि, होऊ शकते की आपण कथनाबद्दल फारसा विचार केला नसेल. तुम्ही त्यांना शक्तिशाली गोष्टी म्हणून पाहू शकत नाही, परंतु त्या खरोखर आहेत. पटवून देणारे जगाला पहाणाऱ्या लोकांच्या पद्धतीला आकार देतात. ते आपल्या जीवनाला अर्थ देखील देतात आणि ते आपल्याला आशा देतात. जर एखादा चांगला फसवणूक करणारा आपल्याकडे आला आणि आपल्याला अशी एखादी गोष्ट सांगितली ज्यावर आपण विश्वास ठेवण्यास तयार झालो तर जगाकडे पाहण्याची आपली पद्धत पूर्णपणे बदलून जाईल.

सर्वोत्तम कथा हे बदलत नाही की आपण जगाकडे कसे पाहतो. ते आपल्या जगाच्या वर्तमान कल्पना घेतात आणि त्या बदलतात, अगदी किंचित. ते अशा प्रकारे बदलले जातात की ते जीवनाकडे पाहण्याचा आपला कायमस्वरूपी मार्ग बनतात आणि आपल्याला हे देखील आठवत नाही की आपण नेहमी अशा प्रकारे गोष्टी पाहिल्या नाहीत. जीवनाच्या विविध क्षेत्रात, तुम्ही कदाचित अशा उदाहरणांचा विचार करू शकता. तुम्हाला जे काही उदाहरण वाटत असेल ते घ्या आणि तुम्ही ते स्वतः कसे करू शकता याचा गांभीर्याने विचार करा आणि तुमची स्वतःची कथा तयार करा.

एखाद्याला थोडे पण थोडेच बदलण्याची ही उत्कृष्ट पद्धत राजकारणात सर्रास वापरली जाते. ही ती जागा आहे जिथे आपल्या खालील फसवणूक तंत्राचा, उपयोग होतो, ज्याला आपण ओळखीचे आवाहन म्हणतो. ही तुमच्या जवळची सर्वात बहुमुखी फसवणूक असू शकते. असे यामुळे असेल की कारण कथा तुम्ही निवडलेल्या व्यक्तीला संकेत देईल की तुम्ही त्याच्या बाजून आहात, तुम्हाला कितीही वेळा तुमची कथा बदल वी लागली तरी.

याने काही फरक पडत नाही की अनुकूलतेमूळे, तुमची कथा तुम्ही निवडलेल्या व्यक्ताची बाजू घेत नाही. तुम्ही त्याच्या पाठीशी आहात असे त्याला वाटले आवश्यक आहे. लोक कुटुंबाभिमुख असतात. जे आपल्यापेक्षा वेगळे आहेत त्यांच्याबद्दल अधिक

सहिष्णुता बाळगणे ही आपल्यासाठी सकारात्मक गोष्ट असली, तरी आपण स्वतः असे करत नाही हे डार्क साइकॉलॉजीचे दुर्दैवी सत्य आहे. जेव्हा तुम्ही तुमच्या कारणासाठी एखाद्या व्यक्तीच्या मनात प्रवेश करू इच्छित असाल तेव्हा तुम्ही त्यांचे संपूर्ण नातेसंबंध बदलू शकत नाही.

कदाचित संपूर्ण हेतू त्यांना अधिक मोकळे आणि हे समजणे आहे की कोण त्यांच्यापेक्षा वेगळे आहे. तो एक चांगला उद्देश आहे. पण तरीही, ते सुरू करण्यासाठी

एक चांगली जागा नाही. दुर्दैवाने, खूप वेळ आणि प्रयत्न न करता, एखाद्याला इतक्या लवकर बदलणे आपल्यासाठी खूप कठीण होईल. हे साध्य करण्यायोग्य आहे असा चुकीचा अर्थ लावू नका, परंतु असे ध्येय साध्य करण्यासाठी खूप वेळ लागेल.

लोकांना फसवणे, हा आणखी एक आवश्यक धडा आहे. जेव्हा तुम्ही एखादी प्रणाली तयार करता तेव्हा इतरांनी त्यावर विश्वास ठेवावा असे तुम्हाला वाटत असते. जरी तुम्ही या प्रकरणातील इतर कोणत्याही नियमांचे पालन केले तरीही, तुम्ही म्हणता त्या प्रत्येक गोष्टीवर विश्वास ठेवण्याची अपेक्षा तुम्ही करू शकत नाही. आपण स्वतःला योग्य निकष देण्याची आवश्यकता आहे. आपण निवडलेल्या व्यक्ती विषयाच्या वास्तववादी अपेक्षाही असायला हव्यात.

मोठ्या प्रमाणात ते कुठे आहेत या मुद्यावर आपल्याला चर्चा करावी लागेल. हा केवळ एक आवश्यक डार्क साइकॉलॉजीचा धडा नाही. सर्वसाधारणपणे, संवादासाठी देखील हा एक महत्त्वाचा धडा आहेः ते जिथे आहेत तिथे लोकांना भेटा. जर आपण याबद्दल विचार केला तर संवाद खूप सोपा आहे. दोन लोक विचारांची देवाणघेवाण करतात. आणि जर त्यांच्यापैकी एकाला दुसऱ्याला फसवायचे असेल, तर त्यांनी एक वाजवी अत्याधुनिक फसवणूक केली पाहिजे जी दुसऱ्याला फसवेल. पण वाटते तितके हे सोपे नाही. आपण कल्पना करू शकता की जवळजवळ प्रत्येक गोष्ट चुकीची होऊ शकते. जर तुम्ही यापैकी कोणतीही एक गोष्ट चुकीची केली, तर तुम्ही त्यांना तुमच्या खोट्या गोष्टीची खात्री पटवून देण्यात अयशस्वी होऊ शकता. तसे असल्यास, ते केवळ एका कारणामुळे होईल-ते डिसेप्शन निवडलेल्या व्यक्तीच्या विश्वाबद्दलच्या आत्मकेंद्रित दृष्टीकोणात योग्य बसले नाही.

विश्वाबद्दलच्या आपल्या दृष्टिकोनाशी सुसंगत असलेली फसवणूक करणे सोपे आहे. प्रत्येकाला समजेल असे काहीतरी विचार करणे ही दुसरी बाब आहे. त्याच्या

फसवणुकीसह, यशस्वी लबाडाने दोन गोष्टी साध्य केल्या पाहिजेत (१) ते सत्याची व्याख्या करते कारण तुम्ही निवडलेल्या व्यक्तीला त्याचा अनुभव घ्यायचा आहे आणि (२) ही वास्तविकता तुम्ही निवडलेल्या व्यक्तीच्या वर्तमान डिसेप्शनमध्ये योग्य बसते, जेणेकरून त्याला ते स्वीकारता येईल. आणि योग्य म्हणून पाहिले जाऊ शकते. तुमच्याकडे असलेली मूल्ये आणि कल्पनांचे पालन करण्यासाठी लोकांना पटवणे हा पूर्णपणे वेगळा उद्देश आहे. याविषयी आपण पुढील प्रकरणात चर्चा करू.

तेरावे प्रकरण

तुम्हाला वशीभूत केले जात आहे हे कसे ओळखावे

तुम्ही लोकांना वशीभूत करायचे शिकू शकता, पण ते जर तुमच्यासोबतच तसे करीत असतील तर ते अजिबात चांगले नाही. जर तुम्ही हे प्रकरण काळजीपूर्वक वाचले तर ते तुमच्याशी असे करू शकणार नाहीत. या प्रकरणात, आपण वशीकरण करणाऱ्यांपासून स्वतःचे संरक्षण कसे करावे हे शिकणार आहोत. तुम्हाला फसवले जात आहे हे तुम्हाला कळले पाहिजे. हे दिसते त्यापेक्षा अधिक कठीण आहे, कारण वशीकरण करणारे हे काम लक्षात येऊ न देता करीत असतात. तुमच्या लक्षातही येणार नाही आणि ते तुमच्या समोर त्यांचे काम करत असतील. परिणामी, तुम्ही आनंदाने त्यांच्या सापळयात अडकले जाल.

ते आपल्याशी खोटे बोलत आहेत, हे सांगण्याचा उत्तम मार्ग म्हणजे काय आपल्याला मूर्ख बनवले जात आहे. आपल्यासोबत कधी खोटे बोलले जात आहे हे ठरवणे हा एक मोठा विषय आहे. चला तर मग सुरूवात करूया. यासाठी तुमच्याकडे (perceptual sharpness) ज्ञानेंद्रियांची तीक्ष्णता, मेंदूच्या गूढ भाषेची तीन वैशिष्ट्ये आणि सततचा संपर्क संकेत डार्क साइकॉलॉजीत कसे योग्य बसतात हे समजून घेणे आवश्यक आहे.

तुमच्या आयुष्यातील व्यक्ती खोटे बोलत आहे इतकेच तुम्हाला जाणून घ्यायचे नाही. तुम्हाला हे माहित असणे आवश्यक आहे कारण तुम्ही त्यांना फसवण्याचा प्रयत्न करत आहात आणि जर ते खोटे बोलत असतील तर यामुळे तुमचे काम बिघडू शकते. ही एक सकारात्मक अंतःप्रेरणा आहे, कारण ते त्यांच्या मनात तुमच्या संवादाची योग्य प्रतिमा बनवत नसेल तर तुम्हाला त्यांच्या मनात डोकावता येणार नाही. त्यामुळे, तुम्हाला ल बाडाच्या मनात येऊ शकणार नाही आणि त्याऐवजी तुम्ही खोट्याचा पाठलाग करत आहात.

जसे की आपण म्हटल्याप्रमाणे, खोटे बोलण्याची प्राथमिक क्षमता, त्याच आहेत ज्या आपण डार्क साइकॉलॉजीच्या इतर कोणत्याही क्षेत्रात वापरतो. नेहमीप्रमाणे, आपण त्यांच्या देहबोलीकडे विशेष लक्ष दिले पाहिजे. तुम्ही विश्वास दाखवला पाहिजे. ती व्यक्ती तुमच्या मागावर आहे काय ? जर तुम्ही त्यांना सांगू शकलात की ते तुम्हाला त्यांच्या खोट्या गोष्टींमध्ये फसवण्याचा गंभीर प्रयत्न करत आहेत, तर तुमच्या निश्चितच लक्षात येईल की ते तुमची फसवणूक करीत आहेत. खरं तर, हे खूप सोपे आहे. त्यांची देहबोली पहा आणि त्यांच्याबद्दल तुमची काय भावना आहे ते पहा. ते पूर्णपणे प्रामाणिक असल्यासारखे वागत असतील. परंतु जर तुम्हाला त्यांच्याबद्दल संशय वाटत असेल तर ते खोटे बोलत असल्याचे निश्चित लक्षण आहे. त्यासाठी तुमच्या अचेतन मनावर विश्वास ठेवा.

डार्क साइकॉलॉजीत एक शब्द आहे-एकरूपता. आणि या प्रकरणात त्याला विसंगती देखील म्हटले जाऊ शकते. हे स्पष्ट करते की आपली बाह्य भाषा आपल्या आंतरिक भावनासारखी कशी असते. म्हणजे, एखाद्याला काहीतरी वेगळं वाटतं आणि काहीतरी वेगळं दाखवण्याचा प्रयत्न करीत आहे, तर आपल्याला समजू शकतं.

आपण आधीच संपर्काच्या सर्व चिन्हावर चर्चा केली आहे. त्यामुळे येथे कोणती चिन्हे शोधायची हे तुम्हाला आधीच माहित आहे. तथापि, या संकेतांपेक्षा आपल्या मनात आपल्याला कसे वाटते हे अधिक गुंतागुंतीचे वाटते. एखाद्याला मनातून कसे वाटत आहे हे आपल्याला कसे कळेल ? आपण म्हणतो की जेव्हा एखाद्याच्या मनात एक गोष्ट असते आणि बाहेर काहीतरी वेगळे दाखवले जाते तेव्हा आपल्याला कळते. पण आपली अंतःप्रेरणा योग्य आहे यावर आपण कसा विश्वास ठेवू शकतो ?

याचे उत्तर देणे काही सोपी गोष्ट नाही. अर्थातच अचेतन मनाचा विषय आल्यावर शंका येते. पण लक्षात ठेवा, जर तुमचे अचेतन मन तुम्हाला सांगत असेल की बाहेरून ते तसे नाहीत, जसे आतून आहेत, तर तुम्ही त्यावर विश्वास ठेवावा. सोप्या भाषेत सांगायचे तर, आपण मानवी मनाची भाषा पूर्णपणे उलगडू शकत नाही. परंतु आपला मेंदू इतर सर्वांसारखीच भाषा बोलतो, म्हणून त्यांना कळते की काहीतरी चूक होत आहे. तुम्हाला भीती वाटत असेल की तुमचे अचेतन मन बरोबर नाही, पण वस्तुस्थिती अशी आहे की आपण चुका करतो, आपले मन तसे करत नाही. सामान्यतः आपले अचेतन मन आपल्याला तथ्ये सांगत असते आणि आपले जागरूक मन आपल्याला विचलित करते आणि आपल्याला सत्याचा शोध घेण्यापासून प्रतिबंधित करते. हे तुमच्या बाबतीत होऊ देऊ नका.

खोटे बोलणारे वेगाने बोलतात कारण त्यांचं मन तासाला हजार मैल वेगाने धावत असते. त्यांची सत्य संकल्पना तुम्हाला कशी पटवून द्यायची याची ते काळजीपूर्वक योजना करतात, परिणामी संभाषणात असे दिसते की ते तुम्हाला जे काही पटवून देण्याचा प्रयत्न करत आहेत त्याबद्दल ते तुम्हाला बरीच अनावश्यक माहिती देत आहेत. ही आणखी एक लाल निशाणी आहे जी लबाडी दर्शवते.

दुसरा तो आहे ज्याला तुम्ही मीठाच्या कणाइतके महत्त्व दिले पाहिजे. तरीही आपण त्याचा उल्लेख करत आहोत, कारण ते युनायटेड किंगडममधील वैध मानसशास्त्रीय अभ्यासातून आला आहे. या अभ्यासात खोटे बोलणाऱ्या लोकांच्या गटाचा अभ्यास करण्यात आला होता. खोटे बोलणाऱ्यांमध्ये एक गोष्ट समान होती ती म्हणजे ते सर्व कॉफी प्यायचे.

तुम्ही या विषयात जास्त जाऊ नये. शेवटी, कॉफी हे प्रत्येक माणसाचे पेय आहे. कदाचित प्रत्येकजण थोडेसे खोटे बोलतो, जसे प्रत्येकजण थोडीशी कॉफी पितो. एखादा फक्त कॉफी पितो म्हणून त्यांच्याबद्दल आपण असा निष्कर्ष काढू नये. तरीही, आपण ते आपल्या मनात ठेवू शकतो. आपल्यासाठी, अजून काही गोष्टी जाणून घ्यायच्या आहेत. त्यापैकी एक म्हणजे एखाद्याचा श्वासोच्छ्वासाचा वेग, ज्यामुळे तुम्हाला आश्चर्य वाटू नये.

जेव्हा आपण खोटे बोलतो तेव्हा आपण घाबरतो. जेव्हा आपण चिंताग्रस्त असतो तेव्हा आपल्या शरीरात अधिक ऑक्सिजनची आवश्यकता असते, म्हणून आपल्याला अधिक श्वास घ्यावा लागतो. याचे आणखी एक स्पष्टीकरण असे आहे की खरे वाटणारे खोटे बोलण्यासाठी आवश्यक असलेल्या सर्व गोष्टींचा मागोवा ठेवण्यासाठी खूप संज्ञानात्मक ऊर्जा लागते. यासाठी इतरांशी नियमित, प्रामाणिक संभाषणांपेक्षा अधिक प्रयत्न आणि अधिक ऑक्सिजन आवश्यक असतो.

कोणी जास्त श्वास घेत आहे की नाही हे पाहण्याच्या मुख्य दोन पद्धती आहेत. पहिली म्हणजे तो बोलतो तेव्हा त्याचे खांदे वर जातात. बरेच लोक असे करतात जेव्हा त्यांना अचानक अधिक श्वासाची आवश्यकता असते. दुसरी म्हणजे ते शब्दाच्या मध्यभागी दीर्घ श्वास घेतात. तुम्ही काळजीपूर्वक ऐकल्यास, तुमच्या लक्षात येईल की बोलत असताना दीर्घ श्वास घेणे असामान्य नसते. खास करून तो दीर्घकाळापासून बोलत असेल. परंतु एखाद्यासाठी वाक्याच्या मध्यभागी दीर्घ श्वास घेणे सामान्य नाही. हे खोटेपणाचे अगदी थेट उदाहरण आहे.

आणखी एक मोठी धोक्याची निशाणी आपल्या विचारांची पुनरावृत्ती करणे. खोटे बोलणारे पुनरावृत्ती करीत असतात कारण ते जे बोलतात त्यावर तुम्ही विश्वास ठेवावा अशी त्यांची इच्छा असते. या टप्प्यावर, ही एक भावनिक समस्या बनते. बोललेले खोटे पकडले गेल्यास काय सामाजिक परिणाम भोगावे लागतील, याची त्यांना भीती असते. असे करण्याचे आणखी एक कारण असे असू शकते की यातून बाहेर पडण्यासाठी काहीतरी नवीन मार्गाचा विचार करण्याचा प्रयत्न करीत आहेत, म्हणून ते बोलत नाहीत. यापैकी काही लक्षणे अशी आहेत की ती जवळजवळ प्रत्येकाला माहित आहेत, परंतु तरीही आपण ते थोडक्यात सांगू. ते अप्रामाणिक असू शकतात आणि नजरेला नजर देऊन कधीतरीच बोलतात. तथापि, आपण ज्या व्यक्तीचा उल्लेख करत आहात त्या व्यक्तीला नेहमी लक्षात ठेवावे लागेल. जर असे कोणी असेल की, सुरूवातीलाच नजरेला नजर भिडवून बोलत असेल तर तो कदाचित खोटे बोलत नसावा. परंतु जर तुम्ही त्याच्या चांगल्या ओळखीचे आहात, असे असताना तो जर नजरेला नजर देत होता पण आता देत नसेल तर तो खोटे बोलत आहे, असे समजावे.

पुढे आहे फिडगेटिंग. फिडगेटिंगला काहीजण केवळ एक स्वभाविक, चिंतेशी संबंधित नसलेली सवय म्हणून घेतात. फिडगेटिंग (हलगर्जीपणा)ही एक चिंताग्रस्त सवय असल्याचे दिसते, तुम्ही कसल्याप्रकारच्या व्यक्तीसोबत बोलत आहात त्याकडे लक्ष द्या.

परंतु हे लक्षात ठेवा की, खोटे बोलताना पकडले जाण्याचा परिणाम वेगळया परिमाणाचा असतो. लढा किंवा पळा प्रतिक्रिया अनेकदा चिंतेचे उत्पादन असते. जेव्हा मेंदू ठरवतो की त्याला लढायचे आहे, तेव्हा ते चंचल होते. हा शब्द कोणीतरी अस्वस्थता, अधीरता किंवा खेळकरपणा व्यक्त करण्यासाठी वापरला आहे, जसे की हाताची मालिश, बोटांचे चुंबन, नखे चावणे किंवा चोखण्याची क्रिया. ही एक सामान्य वर्तणूक प्रवृत्ती आहे जी मुले आणि प्रौढांमध्ये तणाव किंवा चिंता कमी करण्यासाठी केली जाते. हे थोडे विचित्र वाटू शकते, परंतु असे यामुळे होते कारण आपण अस्वस्थ असतो आणि आपल्याला वाटते की आपण काहीतरी करीत आहोत.

पण लढा किंवा पळा. भीतीची दुसरी बाजू म्हणजे पळणे. जेव्हा खोटे बोलणारे मन तुम्हाला पळून जाण्यास सांगते तेव्हा ते तसे करतील. ते उलट करतील. थांबतील. या कारणास्तव, जर एखादी व्यक्ती तुम्हाला संशयास्पद वाटेल अशा पद्धतीने उभा आहे, जसे की असे बोलल्यानंतरही जे संशयास्पद आहे, तर कदाचित ते असे समजणे बरोबर आहे की एखाद्या गोष्टीबद्दल फसवणूक करत आहेत.

अशी काही इतर चिन्हे आहेत जी तुम्हाला सावध करतात की कसा एखादा व्यक्ती खोटारडा असू शकतो. तुम्ही तुमचे तोंड जितके अधिक लपवता, तितके तुम्ही अधिक खोटे बोलण्याची चांगली शक्यता असते. तुम्ही त्याचा चेहरा पहावा अशी त्याची इच्छा नसते. हा त्यांच्यासाठी अचेतन इशारा असतो. ते देखील हे जाणीवपूर्वक करतात, जेणेकरून तुम्हाला त्यांच्या चेहऱ्यावरील हावभाव दिसत नाहीत. त्यांना काळजी असते तुम्ही त्याला खोटे बोलताना पकडाल. (आणि तुम्ही तसेच करा ! हे पुस्तक वाचल्यानंतर).

पूर्वी आपल्याला असे वाटत होते की एखाद्याने सामाजिक परिस्थितीवर नियंत्रण मिळवण्यासाठी तुमच्याशी अधिक नजरभेट करण्याचा प्रयत्न करतो. परंतु याचा परिणाम उलट होतो. खोटे बोलणाऱ्यांसाठी आणि वशीकरण करणाऱ्यांसाठी ते अधिकच वाईट आहे. त्यांना आव्हान देण्यापासून रोखण्याच्या प्रयत्नात ते तुमच्याशी जास्त नजरभेट देखील करतील. इतर लोकांवर याचा परिणाम होईल, परंतु तुमच्यावर त्याचा परिणाम होणार नाही. कारण तुम्ही डिसेप्शन आणि मनावर नियंत्रण या क्षेत्रात अभ्यास केला आहे.

खोटारडे लोक शोधण्याचा विषय निघतो त्यावेळी आमच्याकडे एक शेवटची युक्ती आहे. खरं तर, आपण कादंबरीत वाचलेली ही सर्वात महत्त्वाची गोष्ट असू शकते. तुमची कारकीर्द पुढे नेण्यासाठी तुम्ही डार्क साइकॉलॉजीचा वापर कराल. खोटारडे तेच असतात जे तुम्हाला सर्वात जास्त कमी लेखण्याचा प्रयत्न करीत असतात. एखादा खोटे बोलत आहे की नाही हे तपासण्याचा हा सर्वोत्तम मार्ग आहे. प्रत्येकजण तुम्हाला पाठिंबा देत असताना हा माणूस तुम्हाला कमी लेखण्याचा प्रयत्न करील. अशा स्थितीत त्याला ओळखणे सोपे जाते.

हे असे काही तात्काळ प्रकरणात होते. समजा तुम्ही संभाव्य खोट्या व्यक्तीशी बोलत आहात. तुम्हाला माहित आहे की ते कदाचित काहीतरी खोटे बोलत आहेत

त्यांनतर, तुमचा संवाद अशा दिशेने घेऊन जातो की तुम्हाला वाटू लागते की तो खोटे बोलत आहे. त्यांच्यावर कोणताही आरोप करू नका. तुम्ही फक्त त्या विषयात रस दाखवा. ज्याबद्दल तुम्हाला वाटते की तो प्रामाणिक नाही. असे केल्यास तो घाबरेल. जेव्हा ते चिंताग्रस्त असतात तेव्हा त्यांच्या देहबोलीचा मागोवा घेण्यासाठी आकलनक्षमतेचा वापर करा.

तरीही आपण सर्वात महत्त्वाच्या भागापर्यंत पोहोचू शकलो नाहीत. हे मुद्दे

डार्क साइकोलॉजी | 133

मांडल्यानंतर त्यापासून पूर्णपणे दूर राहा. आता तुम्हाला या विषयात अजिबात रस नसल्यासारखे वागा, कारण तुम्ही त्याच्यावर खोटे बोलल्याचा आरोप करत नाहीत. तुमचा त्याच्यावर विश्वास आहे असा विश्वास त्याला वाटले पाहिजे.

येथे तुम्हाला त्याची देहबोली सर्वात जास्त नियंत्रित करावी लागेल. जर ते खोटे बोलत असतील तर तुमच्या लक्षात येईल की तो आरामात असेल. अचानक, त्यांची छातीतून सगळी हवा बाहेर गेल्यासारखे वाटेल आणि एक दीर्घ श्वास घेतल्याचा आवाज ऐकू येईल. त्याच्या बोलण्याच्या पद्धतीत बदल होईल, तो रिलॅक्स आहे हे दाखवण्याचा प्रयत्न करील इ. एकदा तुम्ही त्यांना खात्री पटवून दिली की तुम्ही त्यांचे खोटे, खरे मानले आहे, तुमच्या अचेतन मनाला त्यांच्या देहबोलीत मोठा फरक जाणवेल. जर ती व्यक्ती खोटे बोलत नसेल तर तुम्हाला त्याच्या देहबोलीत कोणताही बदल दिसणार नाही.

या गोष्टीला चुकीचे समजू नका. खोटे शोधण्यात, कोणतीही पद्धत पूर्णपणे विश्वासार्ह नसते. तुम्ही ते जितके अधिक शिकता तितके तुम्ही सराइत बनता. खोटे बोलण्यात निष्णात असलेली व्यक्ती ही परीक्षा देखील उत्तीर्ण होऊ शकते. परंतु जर एखादी व्यक्ती ही चाचणी उत्तीर्ण झाली तर तो खोटारडे नसण्याची दाट शक्यता आहे.

अप्रामाणिक वशीकरण करणाऱ्याला शोधण्याचे अर्ध्याहून अधिक काम तुम्ही केले आहे, कारण तुम्हाला खोटे बोलणारे कसे ओळखायचे हे माहित झाले आहे. आम्ही त्यांना दुर्भावनायुक्त मॅनिपुलेटर म्हणतो, ते फक्त स्वतःच्या फायद्यासाठी डार्क साइकॉलॉजी वापरत नाहीत. ते स्वतःला आधार देण्यासाठी आणि कधीतरी तुमचे नुकसान करण्यासाठी याचा वापर करतात. अर्थात, लक्षात घ्या की जेव्हा तुम्ही डार्क साइकॉलॉजी वापरता तेव्हा या प्रक्रियेत इतर कोणाचेही नुकसान करण्याचे कोणतेही कारण नसते. दुर्दैवाने, असे लोक आहेत जे कोणालाही काहीही करू शकतील. त्यामुळे तुम्ही त्यांच्यापासून दूर राहा आणि नुकसान करून घेऊ नका.

दुर्भावनापूर्ण फसवणुकीसाठी मोठ्या प्रमाणात फसवणूक आवश्यक आहे, परंतु त्यात फक्त खोटे बोलणे समाविष्ट नसते. म्हणूनच तुम्हाला सर्व प्रकरणामध्ये अशा लक्षणांबद्दल सांगितले आहे, जेणेकरून तुम्ही सावध व्हावे.

पहिली गोष्ट म्हणजे खोटे बोलणारा प्रत्येक वेळी तुम्हाला दोष देतो, मग काहीही झाले तरी. त्यांची चूक असतानाही, ते ते कबूल करत नाहीत-प्रत्येकजण कधी ना कधी असे करतो. आपण इथे वेगळ्याच गोष्टीबद्दल बोलत आहोत. आपण अशा व्यक्तीबद्दल

बोलत आहोत जो कधीही आपली चूक कबूल करत नाही, मग कोणतीही समस्या असो. जेव्हा तुम्ही त्यांना काही प्रश्न विचारून बोलते करता, तेव्हा तुम्हाला काहीतरी वेगळे वाटते. ते कोणत्याही बाबतीत चुकीचे आहेत हे मान्य करायलाच तयार नसतात, पण असे घडू शकते यावर त्यांचा खरोखर विश्वासही नसतो. त्यांच्या मनात, त्यांना खरोखर वाटते की त्यांनी काहीही चूक केली नाही आणि म्हणूनच जेव्हा तुम्ही म्हणता की त्यांनी चूक केली आहे तेव्हा ते ती कबूल करत नाहीत.

जसे की तुम्ही अपेक्षा करता, किंवा तुम्हाला माहीत असेल, तुमच्या आयुष्यात असे कोणी असेल तर हे अत्यंत अस्वस्थ करणारे असू शकते. आपण सर्वजण कधीकधी दोष मान्य करण्यास नकार देतो, परंतु नेहमीच्या खोटे बोलणाऱ्यांसह एक मुद्दा येतो जेव्हा तुम्हाला जाणवते की ते इतर लोक जे करतात ते हा करीत नाही. त्यांना स्वतःच चुका करण्याची संकल्पना समजत नाही. तो नेहमी दुसऱ्याचा दोष असतो. अशाप्रकारे ते तुम्हाला वशीभूत करतात. सुरूवातीला तुम्हाला याचा राग येतो, परंतु तुम्हाला वाटते की हा एक सामान्य मानवी दोष आहे. नंतर, तुम्हाला असे वाटते की कदाचित त्यांच्यात हा दोष प्रमाणापेक्षा अधिक आहे. पण जसजसा वेळ जातो तसतसे तुम्हाला जाणवते की ते चुकीचे काय आणि बरोबर काय याची त्याला कल्पनाच नाही आहे.

आपण त्याला सवयीचा गुलाम, खोटारडे म्हटले आहे, परंतु या व्यक्तीसाठी आणखी एक शब्द आहे ज्याबद्दल आपण या पुस्तकात आधीच वाचले आहे. तो एक आत्मकेंद्रित आहे. केवळ त्याच्या वैयक्तिक विश्वाचेच नियम सर्वांना लागू होतात. जर आत्मकेंद्रित व्यक्तीचा असा विश्वास असेल की एखादी गोष्ट त्यांच्या वैयक्तिक जगाला लागू होत नाही, तर ते तसेच असणार. सोलिपिस्ट किंवा सवयीने खोटे बोलणारे, तुम्हाला त्यांच्या छोट्याशा वैयक्तिक विश्वात खेचतात आणि तुम्हाला त्यांच्या विश्वासावर विश्वास ठेवायला लावतात. तुमची फसवणूक झाली आहे हे समजायला तुम्हाला वेळ लागतो. तुम्ही सुरूवातीला हे मान्य करू इच्छित नाही, परंतु त्यांच्यासोबत राहण्यापेक्षा तुम्ही चुकीचे होते हे मान्य करणे चांगले.

जेव्हा तुम्ही शिकावू म्हणून डार्क साइकॉलॉजीच्या जगात प्रवेश करता, तेव्हा काहीतरी महत्त्वाचे शिकण्याची ही एक चांगली संधी असते. ज्ञानाच्या या निषिद्ध क्षेत्रात प्रवेश करण्यात तुम्ही खरोखर अद्वितीय आहात. नुसत्या नावामुळे बहुतेक लोक त्याच्याजवळ जात नाहीत. नाव वाचूनच पळून जाणाऱ्या लोकांना याबद्दल अधिक जाणून घ्यायचे नसते

कारण लोकांना कळले तर लोक त्यांच्याबद्दल काय विचार करतील याची त्यांना भीती असते. लोकाचा विचार न करता तुम्ही हे पुस्तक इथपर्यंत वाचले आहे. तथापि, केवळ पुस्तक वाचल्याने तुम्हाला कोण वशीभूत करणार नाही, असे होणार नाही. तुम्हाला हे सत्य नम्रपणे स्वीकारावे लागेल की तुम्ही इतर कोणाच्याही प्रमाणेच वशीकरणासंदर्भात अतिसंवेदनशील आहात. अर्थात, हे शब्दशः फारसे खरे नाही. आम्ही आधीच चर्चा केली आहे की काही लोक इतरांपेक्षा डार्क साइकॉलॉजीच्या तंत्राबाबत अधिक संवेदनाक्षम असतात. जर तुमची लक्षणे त्यांच्या विरूद्ध असतील तर तुम्ही त्याबद्दल कमी संवेदनशील असू शकता.

तुमच्या मनावर अजूनही मन नियत्रण मिळवले जाऊ शकते आणि कोणीही तुम्हाला वशीभूत करू शकतं. हे सत्य स्वीकारण्यास नकार दिल्याने हे सत्य बदलणार नाही. तुम्हाला वशीभूत केल्या जाऊ शकतं हे सत्य स्वीकारणे आणि त्यापासून स्वतःचा बचाव करणे तुमच्यासाठी चांगले आहे. तुम्हाला पूर्णपणे यात गुंतण्याची गरज नाही. तुम्हाला फक्त आमच्या सूचनांचे पालन करीत वाचायचे आहे. जसे तुम्ही वाचता, तुम्हाला असे वाटेल की एखाद्या सोलिपिस्टसाठी तुम्हाला त्यांच्या अचेतन मनाच्या कल्पनारम्य प्रदेशात खेचणे अशक्य आहे. पण विश्वास ठेवाः अशा विचित्र गोष्टी घडतात.

प्रकरण चौदावे

ब्रेनवॉशिंगमुळे होणारे नुकसान आणि डार्क माइंड कंट्रोल ची इतर तंत्रे

कोरियन युद्धादरम्यान झाला ब्रेनवॉशिंग या शब्दाचा पहिला शब्दबद्ध उपयोग १९५० मध्य झाला आणि ही संकल्पना वाढत्या प्रमाणात लोकप्रिय झाली कारण ही संकल्पना जगभरातील सर्व जाती, श्रद्धा आणि धर्मांमध्ये भीती, आणि इतर सर्व प्रकारच्या नकारात्मक भावना पसरवते.

याचा उपयोग विचार सुधारण्याच्या (थॉट रिफॉम) प्रक्रियेचे वर्णन करण्यासाठी केला जात असे. अमेरिकन युद्धकैद्यांच्या मानसिक स्थितीवर प्रभाव टाकण्यासाठी कोरियन आणि चिनी सैनिकांनी पर्सुएशन या शब्दाचा वापर केला गेला. युद्ध कैद्यासोबत परदेशी तुरूंगांच्या छावण्यांमध्ये (बहुतेक प्रायोगिक आणि पूर्वी चाचणी केलेले नसलेले) ब्रेनवॉ शिंग तंत्राच्या एका प्रकारचा उपयोग करण्यात आला होता. त्यांची ओळख गमावेपर्यंत, त्यांच्या देशाप्रती त्यांची राष्ट्रीय निष्ठा बदलेपर्यंत हे केले गेले आणि ते अशा युद्ध गुन्ह्यांमध्ये सहभागी झाले ज्याचा आणि त्यांचा काहीही संबंध नव्हता.

जेव्हापासून ते अस्तित्त्वात आले आणि एक मानसशास्त्रीय प्रगती म्हणून व्यापकपणे स्वीकारले गेले तेव्हापासून, ब्रेनवॉशिंगचा वापर करू इच्छिणाऱ्या, स्वतःवर नियंत्रण मिळवू इच्छिणाऱ्या आणि ब्रेनवॉशिंगच्या या प्रकाराला कधीही सामोरे जाणे टाळू इच्छिणाऱ्या लोकांच्या आवडीचा हा विषय बनला आहे.

मानसशास्त्राच्या क्षेत्रात, हा शब्द आणि त्याचे संशोधन नवीन असू शकते, ब्रेन वॉशिंगमध्ये वापरल्या जाणाऱ्या वास्तविक प्रक्रिया आणि पद्धती तेव्हापासून आहेत, जेव्हापासून लोकांना इतरांच्या विचार, भावना आणि वर्तनावर नियंत्रण ठेवण्याची इच्छा आहे.

ब्रेनवॉशिंग म्हणजे काय, त्याची मूलभूत तत्त्वे आणि त्याचे लक्ष्य कसे बनू नये हे आपण या प्रकरणात शिकणार आहोत, विशेषतः त्या लोकांकडून ज्यांचा तुमचे नुकसान करण्याचा हेतू आहे.

ब्रेनवॉशिंगची मूलतत्त्वे: ते काय आहे आणि इतर मानसिक प्रभावाच्या पद्धतींपेक्षा ते कसे वेगळे आहे ?

जेव्हा आपण पद्धतीच्या घटकांकडे लक्ष देतो आणि पहातो की ते कोठून विकसित झाले, तेव्हा तुमच्या लक्षात येते की ब्रेनवॉशिंग ही मानसशास्त्रातील किंवा मानवी इतिहासाच्या संबंधातली काही नवीन संकल्पना नाही आहे. जे लोक याचा व्यावसायिक अभ्यास करतात, तेव्हा ते याप्रकाराला विचार सुधारणा असे म्हणतात. एखाद्याचे ब्रेनवॉश करण्याच्या प्रक्रियेच्या पद्धतीचे हे शीर्षक आहे. दुसऱ्या व्यक्तीच्या किंवा लोकांच्या गटाच्या विचारांवर किंवा भावनांवर त्यांच्या इच्छेविरुद्ध (आणि कधीकधी त्यांच्या ज्ञानाशिवाय) बदलण्याची जाणीवपूर्वक केलेली कृती म्हणून परिभाषित केले आहे.

ब्रेनवॉश तंत्र सर्वत्र वापरले जात आहे. हे नेहमी गुप्त किंवा धोकादायक कारणांसाठी केले जात नाही. जाहिरात कंपन्यांमध्ये किंवा राजकीय प्रचारासाठी, काही तंत्रे नियमितपणे वापरली जातात. मन वळवणे आणि वशीकरणप्रमाणे तुम्ही त्यात पूर्णपणे लिप्त झाल्याशिवाय हे ओळखणे कठीण आहे.

तथापि, ब्रेनवॉशिंग त्या दोन तंत्राच्या उलट कमी प्रभावी आहे. ज्याची मुळे मानसशास्त्र आणि डार्क साइकॉलॉजीत देखील आहेत. हे त्यावेळी उचित ठरते, जेव्हा त्याचा मोठ्या गटांमध्ये आणि इच्छूक बळी (जसे की पंथ आणि राजकीय अनुयायी) सोबत उपयोग केल्या जाते.

गडद मानसशास्त्राच्या जगात नवीन असलेल्यांसाठी फरक ओळखणे सोपे करण्यासाठी तंत्रांची तात्काळ तुलना-

* मन वळवण्याचा उद्देश लक्ष्याला पटवून देणे हा आहे की काळजीपूर्वक विचार

करून आणि परिस्थितीचे ज्ञान वाढवून त्यांनी स्वतःचे विचार बदलले आहेत. जे लोक हे तंत्र वापरतात ते त्यांचे ध्येय साध्य करण्याच्या दृष्टीकोणात बदल करू इच्छितात, त्यांना त्यांचे विचार किंवा वर्तन बदलण्याच्या निर्णयाबद्दल सकारात्मक वाटेल. त्यांना त्यांच्या भूतकाळाचे पुनर्लेखन करायचे नाही पण त्यांचे भविष्य प्रभावित करायचे आहे.

* मॅनिप्युलेशन एक अंहकारी आणि बऱ्याचदा दुर्भावनापूर्ण हेतूसाठी आपल्या कृतींवर नियंत्रण मिळवण्याचा मार्ग म्हणून आक्रमक दबावाच्या माध्यमातून कोणाचे विचार आणि भावना यात समग्र परिवर्तन करणे आहे. त्यांना त्यांच्या लक्ष्याच्या भूतकाळात किंवा दीर्घकालीन भविष्यात कसलाही रस नसतो.

ब्रेन वॉशिंग तंत्र या दोघांत कुठेतरी अस्तित्वात असते. हे बहुदा दुष्ट हेतूने वापरले जात नाहीत, परंतु ते लोक वापरतात जे इतरांमध्ये लोकप्रिय होऊ इच्छितात आणि इतरांवर नियंत्रण किंवा शक्तीचे साधन म्हणून वापरतात.

ब्रेनवॉशरसाठी (कधीकधी त्याला एजंट म्हणून संबोधले जाते), ब्रेनवॉशिंगचा अंतिम हेतू विषयाचे विचार आणि भावना त्यांच्या मूळ मूल्यांमध्ये आणि भूतकाळातील अनुभवांशी जुळवून घेण्यासाठी त्यांच्या विचारांवर आणि प्रतिक्रियांवर नियंत्रण मिळवणे हा आहे.

चुकीच्या किंवा अनैतिक मार्गांचा वापर केल्यावर ब्रेन वॉशिंगचा मुख्य उद्देश म्हणजे एखाद्या व्यक्तीच्या मुळावर हल्ला करणे (ते कोण आहेत याचे ज्ञान, त्यांची नैतिकता आणि नैतिक मते) ज्यामुळे ते स्वतःवरच संशय घेतील, जेणेकरून ते वापरल्या जाणाऱ्या ब्रेनवॉ शिंग तंत्राचा अवलंब करू शकतील. यातून ते त्यांचे जीवन आणि त्याचे नवीन 'सत्य' ज्यात ते उघड झाले आहेत, ते सत्य, आश्वासन किंवा प्रमाणीकरणाच्या रूपात एकत्र करण्याचा प्रयत्न करतात.

विशेषतः चित्रपट, टीव्ही शो, वर्तमानपत्रे, रेडिओ आणि इतर सर्व प्रकारच्या माध्यमांमध्ये अचेतन संदेशांद्वारे सिगारेट सारख्या उत्पादनाची विक्री करण्यासाठी फरच सौम्य अशा प्रभावी तंत्राचा उपयोग करून केला जातो. त्यांच्यामध्ये उत्पादनाचा थेट प्रचार केला जात नाही.

या प्रकारच्या उत्पादन मोहिमेद्वारे लोकप्रिय झालेल्या ब्रेनवॉशिंग युक्त्यांपैकी काही लहान, परंतु जड घटकांचा समावेश आहे जसे की चित्रपटात किंवा फोटोमध्ये सिगारेट धरणारी व्यक्ती नेहमी हसत असते किंवा लोकांना आकर्षित करण्यासाठी योग्य रंग आणि फॉन्ट वापरते आणि सिगारेटचे पॅकेट विकत घेण्यासाठी थेट दुकानात जाण्यासाठी प्रेरित करतो.

खोटेपणाचे स्तरः यशस्वी ब्रेनवॉशिंग करण्याची ची पायरी

ब्रेनवॉशिंग ही एक प्रक्रिया आहे ज्यासाठी काळजीपूर्वक निवडलेल्या धोरणांची आवश्यकता असते. ध्येय, उद्दिष्ट आणि ब्रेनवॉशिंगची प्रक्रिया पूर्ण करण्यासाठी लागणारा वेळ यावर आधारित या धोरणांची गणना केली जाते.

१. भूतकाळाचे पुनर्लेखन-जेव्हा चांगले ब्रेनवॉशिंग येते तेव्हा ही पहिली पायरी सर्वात महत्वाची असते. एखाद्या व्यक्तीच्या भूतकाळाचे पुनर्लेखन त्यांच्या मूल्यांना, पार्श्वभूमील ा आणि त्यांनी अनुभवलेल्या प्रत्येक गोष्टीला आव्हान देऊन सुरू होते. जर ब्रेनवॉशिंग एजंट त्याच्या लक्ष्याबद्दल त्याला जे काही माहित आहे त्याला आव्हान देऊ शकत नसेल, तर तो नवीन माहिती आणि विश्वास (अचेतन किंवा जबरदस्ती) लागू करू शकत नाही. जेव्हा एखादी व्यक्ती स्वतःवर शंका घेण्यास सुरूवात करते, तेव्हा ती नवीन विश्वासांसाठी अधिक मोकळी होते. ती तिच्या अज्ञात सेटिंग्जमध्ये उत्तरे शोधते.

२. पश्चात्ताप प्रवृत्त करणे-पश्चात्ताप एक शक्तिशाली भावना आहे जी ब्रेनवॉशिंग एजंट त्यांच्या लक्ष्याच्या धारणा, भावना आणि वर्तणुकीचे स्वरूप बदलण्यासाठी त्यांना नियंत्रित करण्यासाठी वापरतात. पहिल्या स्तराच्या शेवटी, उद्देश हा असतो की अशा कोणत्याही गोष्टीकडे दुर्लक्ष करा, ज्याच्यावर लक्ष्याचा आत्मविश्वास किंवा विश्वास आहे (ब्रेनवॉशिंग यशस्वी झाले आहे असे गृहीत धरून). पुढे, नवीन संकल्पना आणि कल्पना त्यांच्यासमोर मांडल्या जातात ज्या एजंटने स्वीकारल्या पाहिजेत. जरी ते नवीन जागतिक दृष्टिकोन स्वीकारण्यास किंवा त्यांच्या कृतींमध्ये ताबडतोब बदल करण्यास तयार नसला तरी, जेव्हा ते त्यांच्या पूर्वीच्या कल्पना नाकारतात आणि त्यांच्याबद्दल दोषी मानतात तेव्हा ते तसे करतात. त्यामुळे भविष्यातील विचारात आणि वास्तवात मेनिपुलेट करण्यासाठी ते कमी संघर्षमय आणि अधिक सहकारी होण्याची शक्यता बाळगतात.

३. द ऑल इज लॉस्ट मोमेंट-अशा कथाकार आणि लेखकांसाठी एक सामान्य कारण आहे ज्यांना त्यांच्या पात्रांसाठी असुरक्षिततेचा क्षण निर्माण करायचा असतो. जेव्हा एखादी व्यक्ती निराशेच्या टप्प्यावर जाते तेव्हा 'सर्व गमावलेला क्षण' येतो, जेव्हा ते खालील चलांच्या बाबतीत येते जसे की-

* ते कोण आहेत, त्यांचे चारित्र्य आणि त्यांचे जागतिक दृष्टिकोन काय आहेत, ते कुठे होते आणि ते आता आहेत अशी व्यक्ती बनण्यासाठी त्यांनी काय केले आहे (ज्या व्यक्तीवर त्यांना शंका आहे आणि ज्याच्यावर त्यांचा आता विश्वास राहिलेला नाही).

* त्यांना भविष्यात कशाची आशा आहे आणि ते स्वतःला तिथे कसे जाताना पाहतात.

* यामुळे लक्ष्याने आत्महत्या करण्याची किंवा मानवी जीवनाबद्दलचा आदर गमावल्यानंतर इतरांना दुखापत होण्याची उच्च शक्यता असते.

४. लक्ष्य गाठणे आणि ऑफर तयार करणे-ही एक अत्यंत एकाकी प्रक्रिया आहे, जरी ती सामूहिक विचार हाताळणीचा भाग असली तरीही. एकदा ते मनोवैज्ञानिकदृष्ट्या असंवेदनशील झाल्यानंतर (नक्कीच या टप्प्यावर कोणत्याही चांगल्या ब्रेनवॉशिंग प्रयत्नात), ते एजंटला त्यांचा विश्वास संपादन करण्यासाठी भावनिक बंध तयार करण्याची संधी प्रदान करते. त्याला एक ग्लास ताजे पाणी किंवा अन्नाचा अतिरिक्त भाग देणे यासारख्या गोष्टींद्वारे प्रारंभिक नाते जोडले जाऊ शकते. हे लक्ष्याबद्दल सहानुभूती दर्शवते (बनावट असली तरी) आणि यामुळे ते चर्चेसाठी किंवा हस्तक्षेपासाठी अधिक मोकळा होतो. दयाळूपणाची किंवा मानवतावादी क्षणाची साधी कृती करून एजंट लक्ष्याचे खल नायकाचे भावी मैत्रीमध्ये रूपांतर करतो.

५. पोचपावती आणि भोगाची सक्ती-गोष्टी चांगल्या बनवण्याचा मार्ग पाहून लोकांना हे मान्य करावेसे वाटते की ते त्यांना बरे वाटेल अशा कोणत्याही गोष्टीचा अवलंब करून योग्य निर्णय घेत आहेत. या टप्प्यापर्यंत. लक्ष्य पूर्णपणे एजंटच्या नियंत्रणाखाली असते आणि तो एजंटच्या जाळ्यातून सुटण्याची शक्यता फारच कमी असते. तो अजूनही संकोच करू शकतो, परंतु जर तुम्हाला या प्रक्रियेला बळकटी द्यायची असेल, तर तुम्ही मन वळवणे किंवा इतर ब्रेनवॉशिंग तंत्रांचा वापर करू शकता, तो या तंत्रांसाठी पूर्वीपेक्षा अधिक खुला असेल.

६. स्वीकृती आणि पुनर्जन्मः लक्ष्य या अंतिम टप्प्यात ब्रेनवॉशिंग प्रक्रिया पूर्णपणे स्वीकारतो. त्यांना सांगितलेले नवीन सत्य आत्मसात करते आणि ती नवीन व्यक्ती बनते जिला काळजीपूर्वक तयारी, शिकवणे, हाताळणी आणि अनेकदा शारीरिक छळ (हे तांत्रिकदृष्ट्या ब्रेनवॉशिंगचे तंत्र नाही, परंतु अनेकदा राजकीय, युद्धकाळातील, बळी आणि गुन्हेगारांवर नियंत्रण ठेवण्यासाठी ब्रेनवॉशिंगच्या इतर डार्क वापरांमध्ये याचा वापर केला जातो). करून केला जातो.

जेव्हा या सर्व पायऱ्या (किंवा परिस्थितीनुसार त्यांच्या सर्वात कार्यक्षमतेनुसार), पार पाडल्या जातात, तर ही ब्रेनवॉशिंगची प्रक्रिया पूर्ण मानली जाऊ शकते. आणि एजंट घडलेल्या

घटनांची यादी पाहू शकतो आणि तो त्याच्या प्रयत्नांमध्ये किती यशस्वी झाला हे देखील पाहू शकतो. मानसशास्त्रीय अभ्यासातून असे दिसून आले आहे की ब्रेनवॉशिंग ही मानसिक आणि भावनिक नियंत्रणाची सर्वात कमी शक्तिशाली पद्धतींपैकी एक आहे, कारण ते खूप कठीण आहे आणि सर्व विविध हस्तक्षेपांच्या वैयक्तिक परिणामांचा अद्याप पूर्ण अभ्यास करणे बाकी आहे. ब्रेनवॉशिंग पद्धतींबद्दल तज्ञांनी विचारलेला मुख्य प्रश्न आणि सुरूवातीपासून विचारण्यात येत असलेला आहे की काय ब्रेनवॉशिंग प्रक्रियेमुळे किंवा वैयक्तिक लक्ष्यांच्या मानसिक प्रभावाच्या संवेदनशीलतेमुळे मॅनिप्युलेशन हे साधन लोक विचार करतात तितके शक्तिशाली आहे का (चिंता किंवा आशा). तिथून, ते प्रश्न विचारतात की यामुळे काही लोक इतरांपेक्षा अधिक संवेदनाक्षम बनतात आणि काय ब्रेनवॉशिंग तंत्रांचा वापर त्याच प्रभावासोबत केला जाऊ शकतो जसे की लिंग, वंश आणि सामाजिक वर्गांमध्ये इतरांसोबत केला जातो, किंवा काही मुद्दे किंवा पायऱ्या अनुवादात आलेल्या नसतील?

ब्रेनवॉशिंगचा परिणामः व्यक्ती आणि समूह

युद्ध छावण्यांमधून मुक्त झाल्यानंतर अमेरिकेत परत आलेल्या अमेरिकन सैनिकांवर संशोधन करण्यात अनेक वर्षे घालवलेल्या अभ्यासकांच्या आणि विश्लेषकांच्या विविध समूहांनी, ज्यांना परतल्यावर ब्रेनवॉशिंगचे बळी ठरविले गेले होते, त्यांनी स्वतः ब्रेनवॉशिंगच्या परिणामांवर चर्चा केली. (आणि ते मनोवैज्ञानिक नियंत्रणाचा एक प्रकार म्हणून किती कार्यक्षम आहे) त्यांचा असा विश्वास होता की सैनिकांनी शारीरिक छळ आणि उपेक्षा सहन केली होती आणि ही वास्तविक ब्रेनवॉशिंग प्रक्रिया नव्हती. ज्यांच्याशी ते बोलले ते खूप बदलले होते. यावर विश्वास ठेवण्याचे त्यांचे मुख्य औचित्य हे आहे की हजारो कैद्यांवर ब्रेनवॉशिंग चाचण्या केल्या गेल्या, त्यात काही प्रमाणात यश आले, दोन डझनहून कमी लोकांना त्याचा परिणाम झाला. तथापि, ही संख्या केवळ त्या सैनिकांना विचारात घेते ज्यांना युनायटेड स्टेट्सला परत यायचे होते, त्यांची नोंद नाही की ज्यांनी युद्ध संपल्यानंतर खूप दिवसांनी ज्यांनी त्यांचे ब्रेनवॉश केले होते. त्या शत्रु देशातच वास्तव्य करण्याचा निर्णय घेतला होता, नंतर सर्वांना मुक्त करण्यात आले.

ब्रेनवॉशिंग आणि त्याच्या परिणामांमध्ये रस असलेल्या जगभरातील अनेक समूहांनी महत्त्वपूर्ण भूमिका बजावली आहे. बाहेरून हे सांगणे सोपे आहे की समूह विचित्र आहेत

आणि एखाद्याला त्यात का सामील व्हायचे आहे हे समजणे कठीण असते, परंतु मानवी समाजातील काही सर्वात प्रचलित आणि चांगले निवडक एजंट आणि मॅनिपुलेटरर्स ब्रेनवॉश, कोअर्शन आणि या संघटनांचे नेते किंवा भरती करणारे इतर शक्तिशाली मानसिक प्रभाव पद्धती आहेत. हे साध्य करण्याचा मुख्य मार्ग म्हणजे अशा व्यक्तींशी संपर्क साधणे जे मॅनिप्युलेशनसाठी सर्वात खुले आहेत. मग ते त्यांना एका गटाचा भाग बनवतात आणि त्यांना विश्वास देतात की ते जे करतात आणि त्यांचा हेतू पूर्णपणे योग्य आहे. मैत्रीचे नाटक करून किंवा प्रभावाखाली ते हे करतात.

दीर्घकाळात, प्रभावी ब्रेनवॉशिंगमुळे लोक आणि व्यक्तींच्या गटांवर विविध प्रकारचा प्रभाव पडू शकतो. अन-ब्रेनवॉशिंग टप्याचे काही सर्वात सामान्य दुष्परिणाम (सामान्यतः डीप्रोग्रामिंग म्हणून ओळखले जाते) जे कमी किंवा अधिक केले जाऊ शकतात-

* आत्मविश्वासाची तुटलेली भावना-यामुळे अल्कोहोल अवलंबित्व किंवा मादक पदार्थांचा वापर यासारख्या वेदनादायक आणि धोकादायक निवडींची मालिका देखील होऊ शकते.

* व्यक्तींवर विश्वास ठेवण्यास असमर्थता-जे लोक ब्रेनवॉशिंग प्रक्रियेतून (यशस्वी किंवा अन्यथा) स्वतःचा बचाव करतात, ते स्वतःमध्येच हरवलेले राहतात. लोकांवर विश्वास ठेवणे त्यांना कठीण जाते.

* ते प्रत्येक गोष्टीकडे एक चाचणी म्हणून पाहतात–ब्रेनवॉशिंग प्रक्रियेनंतर अनेकजण त्यांचा उत्साह गमावतात. पीडित व्यक्ती त्याच्या आवडीच्या घटनांमध्ये किंवा छंदांमध्ये क्वचितच रस दर्शवितो, त्याने त्याच्या ड्राइव्ह आणि भविष्याच्या सर्व आशा गमावलेल्या असतात.

* प्रत्येक वेळी जेव्हा त्यांना संधी दिली जाते किंवा एखाद्या आव्हानात सहभागी होण्यास सांगितले जाते तेव्हा ते थांबतात आणि प्रत्येक पैलूचे मूल्यांकन करण्याचे सुनिश्चित करतात. या आधी त्यांना भाग घ्यायचा की नाही याची ते चिंता करीत नसत.

दुर्दैवी ब्रेनवॉशिंग तंत्राचा बळी होण्यापासून स्वतःचे संरक्षण कसे करावे

ब्रेनवॉश करण्याच्या पद्धतीमध्ये सर्वात असुरक्षित कोण आहे ? लोकांचा जगाकडे पाहण्याचा दृष्टिकोन बदलण्यासाठी (कधी कधी एक फुल फ्लिप) त्यांचे मन वळवून आपले स्थान मजबूत करणे किंवा इतरांना खाली ओढण्याचा प्रयत्न करणाऱ्याचे लक्ष्य बनण्याची सर्वांत अधिक शक्यता बाळगतो ?

लोक पंथांमध्ये किंवा बळजबरी एजंटच्या प्रभावाखाली येण्याचे एक सामान्य कारण म्हणजे त्यांना ब्रेनवॉशिंग प्रत्यक्षात कशी असते किंवा कोणत्या प्रकारचे चेतावणी चिन्हे पहावीत याची त्यांना कल्पना नसते. या प्रकारच्या मानसिक भक्षकांचा बळी होण्यापासून स्वतःचे संरक्षण करण्याचा पहिला मार्ग म्हणजे संभाव्य लक्ष्यांमध्ये ते शोधत असलेली वैशिष्ट्ये जाणून घेणे, जसे की-

* असे एकटे लोक जे स्वतःचं अस्तित्त्व निर्माण करू शकले नाहीत, त्यांनी याचा कसून शोध घेतला की त्यांचे आणि कोणाचे जुळते. हे एक कारण आहे की पळून गेलेल्या किशोरांना समूह आणि संबंधित टोळयांद्वारे ब्रेनवॉशिंगसाठी निवडणे अनेकदा सोपे जाते. काही परिस्थितींमध्ये, त्यांचा फायदा घेतला जात आहे हे समजण्यासाठी त्यांनी अद्याप नैतिक परिपक्वता किंवा जीवन अनुभव निर्माण केलेला नाही.

* त्यांना साथ देणारे कोणी नाही. हे असे असू शकते कारण ते अगोदरच असामाजिक असतात आणि ते इतके हट्टी असू शकतात की इतरांचा सल्ला घेऊ नका आणि त्यांना सांगितले जाते की त्यांनी काय करावे किंवा अधिक सावधगिरी बाळगली पाहिजे, तर ते आक्रमक होऊ शकतात.

* ते प्रतिक्रिया किंवा कारण शोधत असतात. हे तेव्हा घडते जेव्हा मित्र, कुटुंबातील सदस्य, गुरू किंवा ते ज्यांना ओळखतात किंवा कौतूक करतात आणि विश्वास ठेवतात, ते भविष्यातील ध्येयांमध्ये गुंतलेले असतात. अशा परिस्थितीत, एजंट त्यांच्या लक्ष्याविषयीचे ज्ञान आणि जगाकडे पाहण्याचा त्यांचा दृष्टिकोन वापरून त्यांच्यावर नियंत्रण ठेवतात.

* पहिली पायरी आहे त्यांच्या उद्देशाला कर्तव्याची जाणीव करून देणे, म्हणजे त्यांना ब्रेनवॉशिंग प्रक्रियेत सहभागी करून घेतल्या जाऊ शकेल. जेव्हा ते त्यांच्या नियुक्त मिशनमध्ये संकोच करतात किंवा अयशस्वी होतात तेव्हा ते लक्ष्यात पश्चात्ताप आणि निराशेच्या भावनांना प्रेरित करतात.

कोणीही विश्वास ठेवणार नाही की त्याचे ब्रेनवॉश केले जाऊ शकते. खरेतर, कुपोषित कैद्यांना त्यांचे भ्रम, सत्य म्हणून स्वीकारण्यापूर्वी प्रचाराचे व्हिडिओ पाहण्यास भाग पाडले गेले आणि पकडलेल्या हेरांना पारदर्शक द्रव टोचले गेले जे रासायनिक माध्यमांद्वारे त्यांचे वास्तव बदलण्यासाठी त्यांची मानसिक स्थिती बदलण्यात आली.

तथापि, ब्रेनवॉश नेहमीच तितके कठोर नसते, ते तितकेच हानिकारक आणि धोकादायक असू शकते. पुढची पायरी म्हणजे तुमच्या आजूबाजूला ब्रेनवॉशिंग होत असल्याची चेतावणी चिन्हे शोधणे. त्यापैकीच काही सर्वात लोकप्रिय आणि वारंवार वापरलेल्या पद्धती-

* अज्ञात, गोंधळात टाकणारे आणि काहीवेळा आपल्या घराच्या बाहेर किंवा जिथे

ते सध्या राहतात, जगासोबत राहूनही भीतीची वाढती भावना असणे.

* आपण सर्वोत्कृष्ट काम केले आहे याची जाणीव असतानाही सतत अपूर्णतेची भावना.

* अविश्वास आणि चिंतेची भावना अशक्य नाही, परंतु संघर्ष करते, अनेकदा संभाव्य घटना जसे की नैसर्गिक आपत्ती आपोआप येत नाही, प्रत्येक ठिकाणी दहशत- वादी हल्ल्याची भीती, मग ते त्यांच्या स्थानिक किराणा दुकानात असोत, सार्वजनिक स्वच्छतागृहात किंवा त्यांच्या राहत्या घराच्या फुटपाथावर चालत असोत.

* संपर्क साधनांचा त्याग (मोबाइल फोन किंवा सोशल मीडियाला परवानगी नाही) आणि ज्या व्यक्तीसोबत ते सामान्यतः सामाजिक संबंध ठेवतात त्यांच्यापासून डिसकनेक्ट करणे.

निष्कर्ष

आता आपण डार्क साइकॉलॉजी काय आहे हे ओळखू शकता आणि आपल्या जीवनात वशीभूत करणारे कोण असू शकतात (किंवा आपण देखील ही तंत्रे वापरण्याची चूक करीत आहोत), वशीकरणाची चिन्हे ओळखा आणि ते कसे हाताळायचे हे शिका. तुमच्या स्वतःच्या जीवनात आवश्यक असलेल्या निरोगी निवडी करण्यासाठी तुम्ही आता तुमच्या सभोवतालच्या नातेसंबंधांचे अधिक चांगले मूल्यांकन करू शकता. तुम्ही आता तुमच्या जीवनाबद्दल अधिक वास्तववादी दृष्टिकोनातून, स्वतःला दोष न देता तुमचे विचार आणि इच्छा शेअर करू शकता. आता तुम्हाला माहित आहे की त्या पूर्णपणे तुमचे स्वतःचे विचार आणि इच्छा आहेत.

आपण आपल्या नातेसंबंधांमधील संवाद संकेतांचे मूल्यांकन आणि परीक्षण करून वशीकरण आणि हाताळणीची चिन्हे शोधू आणि समजून घेऊ शकता. जेव्हा हे स्पष्ट होईल, तेव्हा तुम्ही आदराने वागण्याचा तुमचा हक्क वापराल. ओळख करून देताना-घेताना, इतरांप्रमाणेच तुम्हाला समान शक्ती आणि अधिकार आहेत याची जाणीव हेईल. नियंत्रणाच्या समान समतोल असलेल्या नातेसंबंधात, तुम्ही स्वतःला दोष न देता नाही म्हणू शकता आणि स्वतःची आणि इतरांची काळजी घेऊन एक चांगले जीवन किंवा जग निर्माण करण्यासाठी स्वतःचे ध्येय ठरवू शकता.

लोकांच्या देहबोलीचा अर्थ लावण्याची आणि गोंधळात टाकणाऱ्या वाक्यांच्या पलिकडे पाहण्याची क्षमता तुम्हाला अनवधानाने पिळवणूक किंवा गैरवर्तन होण्यापासून वाचवते. तुम्ही तुमच्या सभोवतालच्या संधींसाठी अधिक स्पर्धात्मक आहात आणि इतरांच्या हेतूने प्रभावित होण्याची किंवा प्रेरित होण्याची शक्यता कमी आहे. परंतु त्या युक्त्या ओळखण्यास सक्षम असणे म्हणजे आपण देखील तसे करू शकतो. आपले नैतिक निकष

मान्य करीत प्रत्येक व्यक्तीला समान नागरिक म्हणून वागवा. डार्क साइकॉलॉजीचा सिद्धांत असे दर्शवितो की आपण कदाचित अनभिज्ञ आहात किंवा मागील विचलित कृतींबद्दल काळजी करत नाहीत. पण तुमचा मार्ग बदलण्याची आणि नव्याने सुरूवात करण्याची ही संधी आहे.

मनाची क्षमता खूप अफाट आहे आणि असे म्हणता येईल की ज्या लोकांना त्यांचे मनाचे कार्य कसे चालते हे समजते, तो जीवनात बरेच काही प्राप्त करू शकतो. याव्यतिरिक्त, आपल्या मनावर नियंत्रण ठेवल्याने आपल्याला आपल्या दैनंदिन जीवनातील गोष्टी नियंत्रित करण्यात मदत होऊ शकते. अशा प्रकारे, तुमच्या आयुष्यात काय घडेल ते तुम्ही स्वतः ठरवू शकता. जगण्याची मानसिकता हा आपला आदर्श आहे आणि समाज प्रत्येक व्यक्तीच्या आत दडलेल्या रानटी प्राण्याला लहानपणापासूनच कायदे, नैतिकता आणि नियमांचे पालन करण्यास शिकवून नियंत्रित करतो. तर, आपल्या संस्था आणि सरकारांवर श्रीमंत वर्चस्व प्रस्थापित करतात.

अशाप्रकारे, ज्यांना वाटते की समाज त्यांना ते देत नाही ज्याला ते पात्र आहेत. त्यांचा निषेध करावा का ? डार्क साइकॉलॉजीला समोर आणले पाहिजे आणि हे मान्य केले पाहिजे की विशिष्ट मानवी कृतीच प्रत्यक्षात नियम आणि समाजाचा प्रतिकार करत आहे.

लोक समाजावर नाराज आहेत, पण कायदे बनवणाऱ्या आणि नैतिकतेचे नियमन करणाऱ्या लोकांपुढे ते शक्तीहीन असल्याने त्यांना असहाय्य वाटते. समाजाच्या कठोरतेपासून मुक्त स्वयं-नियंत्रित जीवन जगण्यासाठी समाज बदलण्यासाठी किंवा वातावरण बदलण्यासाठी काही वेळा एक सामान्य माणूस स्वतः वर जबाबदारी घेतो यात आश्चर्य वाटण्यासारखे आहे ? सर्व समुदाय जे शेवटी वेगळे होतात आणि स्वतःला शक्तिशाली आणि समृद्ध नवीन नियंत्रणे म्हणून पुन्हा स्थापित करतात. सर्व समाज त्यांचे पतन पाहणार नाहीत. वास्तवात डार्क साइकॉलॉजीचे रहस्ये कसे मानवी व्यवहाराच्या या विशिष्ट प्रश्नासोबत एका जगण्याच्या साध्या यंत्रणाप्रमाणे संघर्ष करील, ज्यामध्ये मानव उघडपणे क्रूर, निर्दयी आणि स्वतःहून कमकुवत असलेल्या लोकांवर वर्चस्व गाजवतो ? मानसिक रूग्णालयांमध्ये मानसोपचाराकडे बहुदा सामाजिक नियंत्रणाचा घटक म्हणून पाहिले जाते. जर तुम्ही समाजासारखे वागत नसाल आणि त्याच्या नियमांनुसार चालत नसाल तर तुम्ही वेडे असले पाहिजे म्हणून, प्रत्येकाच्या फायद्यासाठी तुमचे व्यवस्थापन

केले जाईल. दुसरीकडे, डार्क साइकॉलॉजीच्या रहस्याला

वास्तवात मनोवैज्ञानिक आरोग्याचा एक मुक्त भाग म्हणून पाहिले जाते-एक अशी जागा जिथे आपण समाजाशी जुळवून घेऊ इच्छिणाऱ्या लोकांना मदत करतो. ज्या व्यक्ती आपल्या समाजाविरुद्ध बंड करू इच्छितात आणि त्यांना योग्य वाटेल तसे जगायचे आहे, अशा व्यक्तींना कोणत्याही हस्तक्षेपाशिवाय आणि बंधमुक्त जगायचे आहे, यावर उपाय कुठे असेल ? किंवा कदाचित आम्ही वाट पाहत आहोत-प्रलय होऊन जगाचा विनाश होतो हे प्रत्यक्षात चित्रपटाप्रमाणे घडण्याची.

या टप्प्यावर, या निरीक्षणांवरून हे ठरवण्याची वेळ आली आहे की कोणते कोणते सामाजिक आदर्श, कायदे आणि नैतिकता वास्तवात मनुष्यासाठी 'असामान्य' आहेत, आणि हा समाज सामान्यतः शक्तीहीनांना सहकारी असावेत असे वाटणारा आहे. शेवटी, हे अप्रतिम पुस्तक वाचल्याबद्दल धन्यवाद !

तुम्हाला हे पुस्तक कोणत्याही प्रकारे उपयुक्त वाटले असल्यास, आम्हाला तसे अमेझॉनवर कळवा.

Printed in the USA
CPSIA information can be obtained
at www.ICGtesting.com
CBHW031658011024
15215CB00055B/1840